அம்மாச்சி

யா.சாம்ராஜ்

டிஸ்கவரி பப்ளிகேஷன்ஸ்
எண்: 9, பிளாட் எண்: 1080A, ரோஹிணி பிளாட்ஸ்
முனுசாமி சாலை, கே.கே.நகர் மேற்கு,
சென்னை - 600 078. பேச: 99404 46650

அம்மாச்சி (கவிதைகள்)
ஆசிரியர்: **யா.சாம்ராஜ்**©

AMMAACHI (Poems)
Author: **Ya.Samraj**©

Printed at : Ramani Print solutions, Chennai - 5.
First Edition: August - 2021
வெளியீட்டு எண்: 0020
ISBN: 978-93-81994-00-6
Pages:112

Rs. 130

Publisher • *Sales Rights*

Discovery Publications	**Discovery Book Palace (P) Ltd**
No. 9, Plot,1080A, Rohini Flats, Munusamy Salai, K.K.Nagar West, Chennai - 600 078. Mobile: +91 99404 46650	No. 6, Mahaveer Complex, Munusamy Salai, K.K.Nagar West, Chennai-600 078. Ph: (044) 4855 7525 Mobile: +91 87545 07070

discoverybookpalace@gmail.com
WWW.DISCOVERYBOOKPALACE.COM

இந்த நூலில் பிரசுரமாகியுள்ள எந்த ஒரு பகுதியையும் பதிப்பாளரின் எழுத்துபூர்வமான முன்அனுமதி பெறாமல் எடுத்தாள்வதோ, மறுபிரசுரம் செய்வதோ, மொழியாக்கம் செய்வதோ, அச்சு மற்றும் மின்னணு ஊடகங்களில் மறுபதிப்புச் செய்வதோ, காப்புரிமைச் சட்டப்படி தடை செய்யப்பட்டுள்ளது. இந்த நூலிலிருந்து குறிப்பிட்ட பகுதிகளை மேற்கோள்காட்டி புத்தக விமர்சனம் செய்ய, ஊடகங்களுக்கு மட்டும் அனுமதி உண்டு.

உங்கள் மொபைல் போனிலிருந்து ஸ்கேன் செய்து 'டிஸ்கவரி புக் பேலஸ்' மொபைல் ஆப்பை டவுன்லோடு செய்து, புத்தகங்களை வாங்குங்கள்.

சமர்ப்பணம்

அப்பாவைப் போல
என்னை
அவனோடு
அப்பிக்கொள்ளும்
தம்பி
பிரவீன்குமார் யாகப்பனுக்கு...

நன்றி

கங்கை தூது, இனிய உதயம், பாக்யா, பேசும் மை,
மதுரை வானொலி நிலையம், பூதக்கண்ணாடி,
தினமலர் வாரமலர், தினத்தந்தி

திருப்புத்தூர் ஆறுமுகம்பிள்ளை சீதை அம்மாள் கல்லூரி
மேன்மைமிகு செயலர், முதல்வர், தமிழ்த்துறை மற்றும்
அனைத்துத்துறை பேராசிரியப் பெருமக்கள்...

முனைவர். மு.பழனி இராகுலதாசன்
முனைவர். சோ.முத்தமிழ்ச்செல்வன்
தோழர். மு.வேடியப்பன் (டிஸ்கவரி பப்ளிகேஷன்ஸ்)
முனைவர். ஆர்.சுவாமிநாதன் (தலைவர், வித்யாகிரி கல்விக் குழுமம்)
முனைவர். சே.செந்தமிழ்ப்பாவை, பேரா. அ.அமல்ராஜன்
தோழர். ஜீவசிந்தன், தோழர். சந்திரகாந்தன்
தோழர். ஜெயச்சந்திரன் லிங்கசாமி, கவிஞர். துஷ்யந்த் சரவணராஜ்
கவிஞர். மா.அழகர்சாமி, முனைவர். காளிமுத்து
திரு. ரா.முத்துராமன் (சின்ரல்லா கிராபிக்ஸ்)
திரைப்படப் பாடகர் திரு. சி.இளையராஜா
திருமதி. கே.ஆர்.அமுதா, முனைவர். ஜெகதீசன்
முனைவர். ந.இராஜேந்திரன், முனைவர். ஆ.சுதாகர்
திரு. வே.ரமேஷ், திரு. மு.தனசேகரன், முனைவர். ம.லோகேஸ்வரன்
திரு. மதன் (திரைப்பட இயக்குநர் & தயாரிப்பாளர்)
இலட்சிய ஆசிரியர் திரு. சேவு.முத்துக்குமார்
திருக்குறள் தேனீ. திரு. செயங்கொண்டான், திரு. ந.ஜெகதீஸ்குமார்

யா.சாம்ராஜ்

பிறந்த ஊர் சிவகங்கை மாவட்டத்திலுள்ள காட்டுநெடுங்குளம். காரைக்குடி அழகப்பா பல்கலைக்கழகத்தில் முதுகலைத் தமிழ் இலக்கியப் பட்டம் மற்றும் ஆய்வியல் நிறைஞர் பட்டமும், திருநெல்வேலி மனோன்மணியம் சுந்தரனார் பல்கலைக்கழகத்தில் 'கவிஞர் மீராவின் இலக்கியப் பங்களிப்பு' ஆய்வுக்காக முனைவர் பட்டமும் பெற்றவர்.

அனைத்து வெகுசனப் பத்திரிகைகளிலும் பரவலாக எழுதி வருவதோடு கவிப்பேரரசு வைரமுத்து அவர்களின் பாராட்டுக்களைப் பெற்று, திரைப்படப் பாடல்களையும் மற்றும் மண்மயக்கும் கிராமியப் பாடல்களையும் எழுதி வருகிறார். தலைப்புச் செய்தி, விழிகளால் பேசு, கல்வியாய் வந்த கடவுள் (வள்ளல் அழகப்பச் செட்டியார் அவர்களின் வாழ்க்கை வரலாறு) போன்ற கவிதை நூல்களையும் எழுதியுள்ளார். இவரைத் தொகுப்பாசிரியராகக் கொண்டு கவிஞர் மீரா கவிதைகள், கவிஞர் மீரா கட்டுரைகள் ஆகிய நூல்கள் வெளிவந்துள்ளன.

பிரான்ஸ் தமிழ்ச் சங்க விருது, கவியரசர் கண்ணதாசன் விருது, கவிஞர் நா.முத்துக்குமார் விருது, அன்னம் விருது, மக்களிசை கவிஞர் விருது, விஞ்ஞானி ரகுபதி விருது, இலட்சிய ஆசிரியர் விருது, சாதனைத் தமிழன் விருது உள்பட எண்ணற்ற விருதுகள் பெற்றுள்ளார்.

தொடர்பு எண் : 99650 66260
மின்னஞ்சல் : ysamraj2106@gmail.com

அணிந்துரை

கவிஞர் யா.சாம்ராஜ் அவர்களால் எழுதப்பட்ட 'அம்மாச்சி' என்னும் கவிதைத்தொகுப்பு முப்பது முத்தான கவிதைகளைத் தன்னுள் கொண்டுள்ளது.

முதல் கவிதையே வீட்டிலே எலியாகவும், வெளியிலே புலியாகவும் இருக்கக்கூடிய தமிழ் ஆசிரியரைப் பார்த்து 'பாவம் எங்க அய்யா' என்று வருந்தும் கவிஞர், அடுத்தக் கவிதையில் படித்து வாங்கிய பட்டங்களை அடியாட்களாக உருவகம் செய்துள்ளமை கற்பனையாக இருப்பினும் சிந்திக்கத் தூண்டுகிறது. இரண்டுக்குமுள்ள உறவைப் படிப்பவர் கற்பனைக்கு விட்டு விடுகிறேன்.

உறவுகள் என்பது இறைவன் கொடுத்த வரம். அந்த வரம் சாம்ராஜுக்கு மிகச் சிறப்பாய் அமைந்திருக்கிறது என்பதை 'அம்மாச்சி', 'என் மகளா நீயிரம்மா', 'பொம்மக்குட்டி அப்பா', 'தம்பி தகப்பனாகிறான்', 'தாய்மாமா' என்பன போன்ற கவிதைகள் புலப்படுத்துகின்றன.

'என் மகளா நீயிரம்மா' என்னும் கவிதை தாய்ப்பாசத்தையும், தாய் தன் மகளாக வந்து பிறக்க விரும்புவதையும் சொல்கிறது. 'பொம்மக்குட்டி அப்பா' என்னும் கவிதை தந்தை மகன் உறவையும், தன் குழந்தை எப்படிப்பட்ட மனிதனாக வளரவேண்டும் என்பதையும் விளக்குகிறது. இதில்,

நீ மருத்துவராகவோ
பொறியாளராகவோ
வேறுபல உயர்பதவிகளிலோ இருக்க
எனக்கு விருப்பமில்லை
நல்ல மனிதனாகத்
திகழ வேண்டுமென்பதே
என் ஆயுட்கால அவா

என்ற கவிஞரின் விருப்பம் ஒவ்வொரு தந்தையின் விருப்பமாகவும் உள்ளது என்பது பொதுவான உண்மையாகும்.

அப்பாக்களுக்குக் குழந்தைகள் பொம்மக்குட்டியாக இருக்கும். ஆனால் சாம்ராஜாகிய தந்தையோ குழந்தையின் கையில் தன்னை ஒப்படைத்து ஒரு பொம்மக்குட்டியாகக் காட்சியளிக்கிறார். 'நம்பிக்கையும் அப்பாவும்' என்னும் கவிதை கைபேசியிலும் முகநூலிலும் வீணாகக் காலத்தைக் கழிக்கும் மகளுக்கு அறிவுரை கூறுகிறது.

'அம்மாச்சி' என்னும் கவிதையில்,

என் மனைவி
மகப்பேறு அடையப்போகிறாள்
உதட்டுச் சாயமும்
பஞ்சாப் சுடிதாரும்
கீல்ஸ் வைத்த செருப்பும் போட்டு நடக்கும்
மாமியார்
என் அம்மாச்சி மாதிரி ஆவாரா?
பாவம்
என் பிள்ளைகள்

என்றுரைப்பதில் ஆயிரம்தான் இருந்தாலும் தான் ஆண் என்பதை நிரூபிக்கிறார்.

சொர்க்கமே என்றாலும் அது நம்மூரு போல வருமா என்றான் ஒரு கவிஞன். அது போலத்தான் பிறந்த மண்மீது பற்றுக் கொண்ட கவிஞர் அதைப் 'பிறந்த மண்' என்னும் கவிதையில்,

வயது செல்லச் செல்ல
வரிசை கட்டிவரும் ஆசைகளில்
இதுதான் முதலாசை
பெரியாசை
பேராசையும் கூட
எந்த நாட்டில் செத்தாலும்
செத்த உடலை
பொத்தி எடுத்து வந்து
உள்ளூர் தண்ணீரில்
குளிப்பாட்டி
ஊரார் தொட்டழுக
காட்டுநெடுங்குளம் மண்ணும்
கரையானும் மட்டுமே
தின்று தீர்க்க வேண்டும்

யா. சாம்ராஜ் ೮ 7

என்றுரைப்பதோடு பிறந்த மண்ணைத் தனது இரண்டு கண்களாகக் கருதுவது மண்மணம் மாறாக் கவிதையாகும். இதைப்போன்றதுதான் 'பஞ்சாயத்து டி.வி' என்னும் கவிதை.

காதலைப் பற்றிப் பாடாத கவிஞர்களில்லை. சாம்ராஜும் அதற்கு விதிவிலக்கல்ல. எனினும் சாம்ராஜின் காதல் கவிதைகள் மற்ற காதல் கவிதைகளிலிருந்து முற்றிலும் வேறுபட்டு வித்தியாசமாக அமைந்துள்ளன. 'சகியே' என்னும் கவிதையில்,

உன் சிகையலங்காரத்தில்
அமரமறுக்கும் தலைமுடிகள்
என் இதய வீட்டை
அலங்கரிக்கும் ஓவியங்கள்
உன் மேனியில் படியும்
வியர்வை முத்துக்கள்
என் தாகம் தீர்க்கும்
குளிர் பானங்கள்

என்றுரைப்பது புதுவிதமான சிந்தனையாக உள்ளது. மேலும் 'தோற்றாலும் ஜெயிக்கும்' என்னும் கவிதை காதல் மற்றும் காதலர்களின் நிதர்சனத்தைக் காட்டுகிறது. 'இதயத்தில் சுமந்தபடி' என்னும் கவிதை காதலனின் மன உணர்வையும் 'சில மணித்துளிகள்' காதலியின் மனஉணர்வையும், 'தொலைபேசிக் காதல்', காதலன், காதலி ஆகிய இருவர்தம் உணர்வுகளையும் புலப்படுத்துகின்றன. இதே காதலி திருமணத்திற்குப் பின்பு எப்படியிருக்கிறாள் என்பதை 'தங்கமான புருஷன்' என்ற கவிதை எடுத்துரைக்கின்றது.

சமுதாயத்தின் ஓர் அங்கம் கவிஞன். எனவே சமுதாயத்தில் காணப்பெறும் பிரச்சனைகளை எடுத்துரைப்பது அவன் கடப்பாடுகளில் ஒன்றாகும். அவ்வகையில் 'குப்பையில் ஒலிக்கும் குரல்கள்' என்னும் கவிதையில் பெண் குழந்தைகளை மட்டுமன்றி ஆண்குழந்தைகளையும் குப்பையில் போடும் சமூக நிலையைப் பதிவு செய்துள்ளார் கவிஞர்.

பொதுவெளியில் பெண்கள் போகப்பொருளாகப் பார்க்கப் பெறும் அவலத்தையும் அதையும் மீறி அங்கு தாய்மை வெளிப்படுவதையும் 'ஆடல் பாடல் கலைக்குழு' என்னும் கவிதை வழி வெளிப்படுத்துபவர், 'எங்கே செல்லும் இந்தப்பாதை', 'நன்றி வாக்காளர்களே', 'ஐயோ வலிக்கிறது', 'புதுயுக இந்தியா', 'திருத்தம் தேவை', 'அழிவியல்' போன்ற கவிதைகளின் வழி தாம் சமூக அக்கறையுள்ளவர் என்பதை நிறுவியுள்ளார்.

இயற்கையை நேசிக்கும் கவிஞர் மேகத்தைப் பெண்ணாகப் பாவித்து உரைக்கும் கவிதையில், 'பாவம் யார் பெற்ற பிள்ளையோ? தன் சோகங்களைச் சொல்லி அழுது தொலைக்கிறது அவனியெங்கும்!' என்றுரைப்பது சாம்ராஜை ஒரு தேர்ந்த மன உணர்வுக் கவிஞராகக் காட்டுகிறது.

'கருவின் கண்ணீர்' என்னும் கவிதையில் கருவில் இருக்கும் குழந்தை தன் தந்தையிடம்,

> படித்துப் பாழாய்ப் போவதை விட
> ஆடு மேய்த்து ஆளாய் வரவே
> அதிகமாய் ஆசைப்படுகிறேன்

என்றுரைப்பது கல்வி கற்கும் மாணவர்களின் இன்றைய அவலநிலையைப் படம் பிடித்துக் காட்டுகிறது.

'கரோனாவும் உயிர்ச்சேதமும்' என்னும் கவிதையில்,

> எல்லாப் பொருட்களையும்
> கேட்கக் கேட்கக் கொடுத்துவிட்டு
> யாரும் கேட்காமலே
> உலகிற்கு மரணத்தை
> உற்பத்தி செய்து தந்திருக்கிறது
> Made in China

என்றுரைப்பது கவிஞனின் குரல் காலத்தின் குரலாக ஒலிக்கிறது.

மொத்தத்தில் உணர்வும் உயிர்ப்பும் உள்ள கவிதைகளைப் படைத்து கவிஞர் சாம்ராஜ் தன்னை ஒரு சிறந்த படைப்பாளியாக நிலைநாட்டியுள்ளார். அவர் மென்மேலும் பல்வேறு நூல்களைப் படைத்து, தமிழன்னைக்கு அணிகலன்களாகச் சூட்ட வேண்டும் என வாழ்த்துகின்றேன்.

காரைக்குடி,
25.09.2020.

வாழ்த்துகளுடன்
முனைவர் சே.செந்தமிழ்ப்பாவை
பேராசிரியர் & இயக்குநர்
தமிழ்ப்பண்பாட்டு மையம்
அழகப்பா பல்கலைக்கழகம்
காரைக்குடி – 630 003.

பொறுப்புணர்வின் கவியழகு

மனிதன் தன்னைப் பதிவு செய்து கொள்வதற்கு எல்லாக் கலைகளையும்விடக் கவிதைதான் கச்சிதமானது. காரணம் மற்ற கலைகளில் உணர்ச்சியின் நிழல்களை மட்டுமே தரிசிக்கமுடியும். கவிதையிலோ உணர்ச்சியின் விசுவரூபத்தையே தரிசிக்க முடியும் என்பார், கவிப்பேரரசு வைரமுத்து.

சிக்கல் இடுக்கில்லாத வார்த்தைகளில் முப்பது கவிதைகள். 'அம்மாச்சி' தொகுப்பில் அத்தனையிலும் மனதைத் தொடும் அற்புத வரிகள். முன்னுரைக்காக எதைத் தொடுவது? எதை விடுவது? எத்தனை பக்கங்களை வேண்டுமானாலும் எடுத்துக் கொள்ளுங்கள் என நூலாசிரியர் உரிமை வழங்கியிருக்கிறார். ஆனாலும், எதற்கும் ஒரு எல்லை இருக்கிறதே.

இத்தொகுப்பு எளிய மக்களுக்கானது. இதில் கைவரிசையைக் காட்ட என்ன இருக்கிறது? யாருக்குப் போய்ச் சேர வேண்டும் எனும் பொறுப்புணர்வே இத்தொகுப்பின் கவியழகு. ஏற்றவாகனமாக நெடுங்கவிதைகளைக் கையாண்டிருக்கிறார். இக்கவிதைகளில் அவர் வெளிப்படுத்த விரும்பியிருப்பது நுணுக்கங்களையல்ல. மேலோங்கி நிற்கும் அன்பை; நேயத்தை.

இவர் காட்டும் மனிதர்கள் அன்புமயமாய் நிற்பவர்கள். இவரின் ஒவ்வொரு அசைவையும் கண்டு ஆனந்திப்பவர்கள். இத்தகையவர்களுக்குக் காட்டும் அன்பின் பரிமாற்றமே இத்தொகுப்பின் பெரும்பாலான கவிதைகள். அவர்களிடம் பேசும்மொழியே இத்தொகுப்பின் கவிக்கோலம்.

வாழ்வைப் பாடிய சங்கீதப்பறவை கவிஞர் மீராவின் இலக்கியப்பங்களிப்பை ஆய்வு செய்து முனைவர் பட்டம் பெற்றவர் கவிஞர் சாம்ராஜ். ஏகாதிபத்திய எதிர்ப்பில் வீரம் காட்டிய சிவகங்கை மண் கவிஞர் மீராவினுடையது. சிவகங்கை

காட்டு நெடுங்குளம் கிராமம் சாம்ராஜுடையது. இங்கே காட்டு நெடுங்குளம் கவிதையாகியிருக்கிறது.

மானாமதுரையை மையமாக வைத்தால் எனது கிராமம் மேற்கிலும் நம் கவிஞரின் கிராமம் வடக்கிலுமாக ஏறக்குறைய சமதூரத்தில். நான் பணி நிமித்தம் வாழ்ந்து கொண்டிருக்கும் காரைக்குடியிலிருந்து பேருந்தில் சென்றால் கிழக்காகவும், தொடர் வண்டியில் சென்றால் மேற்காகவும் அமைந்திருக்கும் காட்டு நெடுங்குளத்தைக் கடக்காமல் என் ஊர் போய்ச் சேர முடியாது.

இந்தக் கவிதையை வாசிக்கத் தொடங்குமுன் வறண்ட, வானம் பார்த்த இந்தச் செம்மண் பூமியைச் சிலாகிக்க என்ன இருக்கிறது என்கிற எண்ணமே என் மனதில் மேலோங்கி நின்றது. வாசித்து முடித்தபோது கவிதையில் இளகி மனம் நெகிழ்ந்தேன். ஒரு நவ நாகரிக இளைஞனுக்குக் கிராமத்தின் மீது இத்தனை பாசமா!

இந்தத் தொகுப்பைத் தூக்கி நிறுத்த இந்த ஒரு கவிதை போதும். நான்கைந்து பக்கங்களாக நீண்டு கிடக்கும் கவிதை வரிகளில் ஒவ்வொன்றையும் முன்னுரையில் பதிவிடச் சொல்கிறது மனசு. ஆனாலும்...

    சிவகங்கை
    இராமேஸ்வரம்
    தேசிய நெடுஞ்சாலை
    பண்ணைக் கல்லூரி
    பேருந்து நிறுத்தத்திலிருந்து
    சூரியன் பிறப்பிடம் நோக்கி
    நடையைக் கட்டினால்
    முக்கால் கிலோ மீட்டர் தூரத்தில்
    முகங்காட்டும் காட்டு நெடுங்குளம்

எனத் தொடங்கி நீளும் கவிதையில் –

    ஊரின் நடுவே
    பெரிய தேவாலயம்

என ஊர் அடையாளம் சொல்லி,

    சாதியைச் சாகடித்த
    சக்தி வாய்ந்த மண்
    வானம் பார்த்த
    பூமிதான்

என வளர்கிறது கவிதை.

நான் வளர்ந்தது
என்னை வளர்த்தது
படிக்க வைத்தது
பணிவு கற்றுத் தந்தது
இந்தப் பாசக்கார மண்தான்

அது சரி, இந்தப் பாசக்கார மண்ணுக்குக் கவிஞர் கொடுக்க விரும்பும் விலை என்ன தெரியுமா?

எந்த நாட்டில் செத்தாலும்
செத்த உடலைப் பொத்தி எடுத்து வந்து
உள்ளூர்த் தண்ணீரில் குளிப்பாட்டி
ஊரார் தொட்டழுக
காட்டுநெடுங்குளம் மண்ணும்
கரையானும் மட்டுமே
தின்று தீர்க்க வேண்டும்

இந்தச் சின்ன வயசுக்காரனின் இந்த வரிகளில் என் மனம் கனத்தது.

இந்தத் திருநாள்
வைபவத்தை
கடவுளும் காலனும்
கலந்துரையாடி
ஓய்வு நாளில் நடத்தினால்
உற்றாரும் மற்றாரும்
வந்து வந்து வழியனுப்ப வசதியாகும்

எல்லோரும் இருந்து வழியனுப்ப வேண்டுமாம், ஆசையைப் பாருங்கள். தம்பி சாம்ராஜ் உங்களை என்னவென்று சொல்ல!

பிறந்த மண்ணை இப்படிக் கொண்டாடும் இவருக்குப் பெற்ற தாயை... சொல்லவா வேண்டும். 'என் மகளா நீயிரம்மா' என்னும் கவிதையில்...

உள்ளூர் மாப்பிள்ளைக்கு
வாக்கப்பட்டு வந்தவளே
என்னை வளர்த்த ஓங்கதைய
சிறுகவியா எழுதுறம்மா

எழுதிச் செல்கிறார் பாருங்கள்.

மூணு பேரு கால் நீட்டி
பொரண்டு படுக்க முடியாத
நீ புகுந்த வீடு
நான் பொறந்த கூடு

இந்தக் கூட்டில் பிறந்த மகனைப் பாலூட்டி, தாலாட்டி, வளரும் மகனின் ஒவ்வொரு துளிர்ப்பிலும் கவனம் செலுத்தும் அம்மா, மகன் சிரிக்கச் சிரித்து, அழுக அழுகிறார்.

பள்ளிக்கூடம் போகப் பார்த்து நின்ற, கல்லூரிக்கு அனுப்பிக் காத்திருந்த அம்மாவைப் பற்றிப் பாட்டெழுதி உலகம் பூரா ரேடியோவில் ஒலிபரப்ப வைக்கிறார்; அஞ்சாறு விருது வாங்கி அசர வைக்கிறார். இவ்வளவும் செய்த மகன் ஒருவரம் கேட்டு நம் கண்களை ஈரமாக்குகிறார்.

ஓ செல்ல மகன்
வரங்கேட்டா
மறுக்காம தருவாயா?
சவரியம்மா பெத்தெடுத்த
மரியசெல்வம்
ஓம்பேரு
இந்த மரியசெல்வம்
மரிக்கொழுந்தா
என் மகள் வடிவில் வந்திடணும்
என் சாவில்
உன் கண்ணீரால்
நல்லடக்கம் செஞ்சிடணும்

இப்பொழுது நான் உங்களிடம் ஒரு வரம் கேட்கிறேன் சாம்ராஜ்; அம்மாவைப் பற்றி எத்தனையோ இசைப்பாடல்கள் வந்திருக்கின்றன. நீங்களும் அவசியம் ஒன்று தரவேண்டும்.

இன்னும் அப்பா, அம்மாச்சி, மாமா, தம்பி – குறித்தெல்லாம் எழுதிய கவிதைகள் வாசிப்பவரை நெகிழ வைக்கும். தம்பி என்றால் இளையவன்தானே.

எனக்கான தேவைகளைப்
பூர்த்தி செய்ய
அவனுக்கான ஆசைகளை
அண்டவிடாமல் செய்தவன் தம்பி

யா. சாம்ராஜ் ∞ 13

தம்பிக்கு நன்றி காட்ட விரும்பும் பலவரிகள் நம்மிடம் கண்ணீரைக் கொண்டுவரும்.

உருக்கிவிட்டார்; உருகிவிட்டேன். எனவே இந்தக் கவிதைகளை முன்னுரையில் முதலில் பேசிவிட்டேன்.

அனைத்து உணர்வுகளையும் வெளிப்படுத்தும் கவிதைகள் இத்தொகுப்பில்.

பஞ்சாயத்து டி.வியைப் பற்றிய ஒரு கவிதை. அது வந்த வரத்தையும், இருந்த இருப்பையும், இப்போது மதிப்பிழந்து மூளியாகி முடங்கிய விதத்தையும் ஒரு கதைபோல் விவரித்துச் செல்கிறது. வாசித்து உணர வேண்டும்.

'எங்கே செல்லும் இந்தப் பாதை' ரயில் பயணத்தை ஒரு கவிஞனால் எத்தனை பார்வை, எத்தனை கோணத்தில் உள்வாங்க முடிந்திருக்கிறது. அற்புதம்.

'ஐயோ வலிக்கிறது' பாலியல் வன்முறையைப் பேசும் கவிதை. வாசித்தாலே நமக்கு வலிக்கும். நடப்பில் நாம் காணும் அத்தனை கொடூரங்களும் பதிவாகி இருக்கின்றன.

'பொம்மக்குட்டி அப்பா' மகனுக்கு மடல் எழுதுகிறார் அப்பா. புத்தி சொல்கிறார் என்று நினைத்தேன். அப்படி இல்லை. அனுபவத்தைக் கொஞ்சம் மட்டும் அள்ளித் தருகிறார், பிழையில்லை.

யாரையும்
எதிர்த்துப் பேசாதே
உன் பெயருக்குப்
பிழை ஏற்படுத்தும்

இப்படி வருகிற இடம் மட்டும் நிரம்பவே நெருடுகிறது சாம்ராஜ். இப்படிச் சொல்வது எப்படிச் சரியாக இருக்கும்?

'ஐயோ வலிக்கிறது' போன்ற கவிதைகளை எழுதிவிட்டு, இப்படிச் சொல்வது சரியாகுமா?

'பாதகம் செய்பவரைக் கண்டால்...

...

மோதி மிதித்துவிடச் சொன்னது நினைவிற்கு வரவில்லையா?

'புதுயுக இந்தியா' கவிதை,

    இப்போதெல்லாம்
    யானைகளுக்கு
    இரக்க குணம் பிறந்துவிட்டது
    மனிதர்கள்தான் மதம் பிடித்து அலைகிறார்கள்

என்கிறது. என்ன அருமையான உண்மை பாருங்கள்.

'தொலைபேசிக் காதல்' – காதலர்களின் உரையாடலைப் பதிவு செய்கிற கவிதை.

'கருவின் கண்ணீர்' – அனிதாக்களை இழந்த அப்பாக்களையும், அப்பாக்களை இழந்த அனிதாக்களையும், கருவிலிருக்கும் பெண் குழந்தையின் குரலில் பேசும் கவிதை.

'நம்பிக்கையும் அப்பாவும்' அப்பாவின் தவிப்பைப் பேசும் கவிதை. இப்படி பல தலைப்புகளில் பல செய்திகளைப் பேசும் கவிதைகள்.

கரோனாவைப் பற்றியும் ஒரு கவிதை,

    விஞ்ஞானம்
    விடைபெற்றுக் கொண்டது
    கதவடைத்துக் கொண்டார்கள்
    கடவுளர்கள்

மிக அருமையான பதிவு. விஞ்ஞானம் விடைபெறுமா? நம்பிக்கை இழக்க வேண்டியதில்லை சாம்ராஜ்.

எவ்வளவு எழுதினாலும் அம்மாச்சியை எழுதாமல் இம்முன்னுரைக்கு நியாயம் வழங்கமுடியுமா?

    அவளின் சுருக்குப் பையிலிருந்து
    50 பைசா திருடி
    கல்கோனா வாங்கித் தின்றால்
    கரையவே கரையாது
    அவளின் பாசத்தைப் போலவே

அவளின் பாச விவரிப்பை அறிய முழுக்கவிதையையும் வாசித்தறிய வேண்டும் நாம். அப்படி ஒரு பாசக்கார அம்மாச்சியை இந்நூலின் தலைப்பாக்கி அவளுக்குப் பெருமை சேர்க்கிறார் கவிஞர்.

நூல் வரிசையில் ஏழாவது படைப்பு இது. கவிதைக்கணக்கில் ஐந்தாவது தொகுப்பு. சாம்ராஜ், உங்களின் எத்தனையோ இசைப்பாடல்கள் நாட்டுப்புறக் கலைஞர்களின் மேடைகளில் ஒலிக்கிறது. திரைப்படங்களுக்கும் பாடல் எழுதி வருகிறீர்கள். உங்களுக்குச் சொல்ல என்ன இருக்கிறது? உங்களின் அன்பும், பணிவும், உழைப்பும் உங்களை மேலும் உயர்த்தும். வாழ்த்துகள்.

காரைக்குடி,
30.10.2020.

என்றென்றும் அன்புடன்,
ஜீவசிந்தன்,
மாவட்டத் தலைவர்,
தமிழ்நாடு முற்போக்கு
எழுத்தாளர் கலைஞர்கள் சங்கம்,
சிவகங்கை மாவட்டம்.

கண்ணுக்குத் தெரியாத அன்பின் நெசவு

புத்தகம் வெளியிடுவது என்பது ஏறக்குறைய விவசாயத் தொழிலை ஒத்தது. இரண்டிலும் இலாபம் பார்க்க முடிவதில்லை. இலாபம் இல்லை என்பதற்காக அவ்வளவு சீக்கிரம் இரண்டையும் விட்டு வெளியேறிவிட முடியாது. வைராக்கியத்துடன் அதற்குள்ளாகவே கிடந்தாக வேண்டும். இதுதான் எனது கடைசித் தொகுப்பு. இதுதான் எனது கடைசி விவசாயம் என்று சொல்வதெல்லாம் பிரசவ நேரத்து வைராக்கியத்தை ஒத்தது. தன்னந்தனியாகக் கிடந்து உழன்றாலும் ஒரு படைப்பாளனும், ஒரு சம்சாரியும் தத்தம் பணிகளை விட்டு வெளியேற ஒருநாளும் சம்மதிப்பதில்லை. இருவரும் தத்தம் பணிகளை ஓர் ஆத்ம திருப்திக்காகச் செய்து கொண்டிருக்கிறார்கள். அவர்கள் இருவரின் நோக்கம் இலாபம் குவிப்பதன்று. தொடர்ந்து இயங்குவது.

ஒரு பறவை போகிற போக்கில் விதை விதைத்துச் செல்வதைப் போல ஒரு படைப்பாளன் தன் வாழ்வியல் அனுபவங்களைப் பதிவு செய்து போகிறான். அம்மட்டே..! அவன் இந்தச் சமூகத்திடம் எதிர்பார்ப்பதெல்லாம் ஒரு கைத்தட்டல், கைகுலுக்கல், ஒரு புன்னகை, தன் படைப்புக்கான சிறு அங்கீகாரம் அவ்வளவே..! இவற்றில் ஏதாவதொன்று நீங்கள் வழங்கினாலே போதும்..! அவன் தன்னை ஆசுவாசப்படுத்திக் கொண்டு அடுத்த படைப்பு நோக்கி முன்னேறுவான். இன்னொரு ரகசியம் சொல்லவா? இவற்றில் எதையுமே நீங்கள் வழங்காவிட்டாலும் அவன் அடுத்த படைப்பு நோக்கி முன்னேறுவான். பாராட்டப்படும் இடத்தில் ஒரு குட்டையைப் போல அவன் தேங்கிவிட மாட்டான். ஒரு நதியைப் போல முன்னகர்வான். அவனின் நோக்கம் விசாலமானது.

அன்புத்தம்பி முனைவர் யா.சாம்ராஜ் அவர்கள் நதியைப் போன்றவர். தேங்குதல் இன்றித் தொடர்ந்து பயணிப்பவர். பல

வேடிக்கை மனிதர்களைப் போல வீழ்ந்துவிடக் கூடாது என்னும் எண்ணம் கொண்டவர். இசை அறிந்தவர்; இசைக்கருவிகளை இயக்கும் திறன் வாய்த்தவர்; மெட்டுக்குள் வார்த்தைகளைக் கட்டி வைக்கும் வித்தை தெரிந்தவர்; கவிஞர் மீரா அவர்களின் கவிதைகளை ஆய்வு செய்து முனைவர் பட்டம் பெற்றவர்; கல்லூரிப் பேராசிரியர்.

'தலைப்புச் செய்தி', 'கல்வியாய் வந்த கடவுள்', 'விழிகளால் பேசு', 'நாளைய தமிழகம்' என்னும் படைப்புகளை வெளியிட்டுள்ள தம்பி, 'கவிஞர் மீரா கவிதைகள்', 'கவிஞர் மீரா கட்டுரைகள்' என்னும் நூல்களுக்குத் தொகுப்பாசிரியராகவும் இருந்துள்ளார். இத்தகு திறன்கள் வாய்ந்த தம்பி அடுத்த தொகுப்பிற்கு ஆயத்தமாகி, "அண்ணே, இந்த நூலுக்கு ஒங்க அணிந்துரை வேணும்ணே" என்று அன்புக் கட்டளை இடுகிறார்.

யான் அண்ணாந்து பார்க்கும் சிகரத்தில் நிற்கும் அவர், அவர் குனிந்து பார்த்தாலும் தெரியாத பள்ளத்தாக்கில் கிடக்கும் என்னிடம் அணிந்துரை கேட்கிறார். கொஞ்சம் கூச்சமாக இருந்தாலும் அன்புத்தம்பியின் அன்புக் கட்டளைக்கு அடிபணிகிறேன்.

ஈரப் பிசுபிசுப்பு மாறாத சிசுவைத் தந்தையின் கரங்களில் கொடுக்கும் செவிலியைப் போல, அன்புத் தம்பி முனைவர். யா.சாம்ராஜ் அவர்கள் 'அம்மாச்சி' என்னும் இத்தொகுப்பை என்னிடம் நீட்டினார். ஒரு தந்தைக்கான கர்வத்தோடும், இறுமாப்போடும் இத்தொகுப்பை யான் ஏந்திக் கொண்டேன். அவ்வளவு மகிழ்ச்சி.

'பாவம் எங்க ஐயா' என்னும் கவிதையில் தொடங்கி, 'என் மகளா நீயிரம்மா' என்னும் கவிதைவரை மொத்தம் முப்பது தலைப்பிலான கவிதைகள் தொகுப்பில் இடம்பெற்றுள்ளன. விதவிதமான பாடுபொருள்கள் 'பூவின் புகழ்பரப்பும் வேலையைக் காற்றுதான் செய்கிறது' என்பார், கவிப்பேரரசு வைரமுத்து. அதைப்போல ஒரு படைப்பாளியின் அருமை பெருமைகளை அவனின் படைப்புகளே பேசுகின்றன. அவ்வகையில் அன்புத்தம்பி முனைவர்.யா.சாம்ராஜ் அவர்களின் அருமை பெருமைகளை இத்தொகுப்பு வெகுவிரிவாகப் பேசுமென்று நம்புகிறேன்.

"காலத்தின் சிதறும் துளிகளைச் சேமிக்க மனிதன் கண்டறிந்த வசதியான கலன்கள் கவிதைகள்" என்பார், கவிப்பேரரசு வைரமுத்து.

அதற்கொப்ப, தம்பியின் அனுபவ நெல்மணிகளின் சேகரமாய் நிற்கிறது இத்தொகுப்பு.

தொகுப்பின் முதற்கவிதையாக இடம்பெற்றுள்ளது, 'பாவம் எங்க ஐயா' என்னும் தலைப்பிலான கவிதை. இக்கவிதை ஒரு தமிழ்ப் பேராசிரியரின் அக, புற வாழ்வை ஊடறுத்துப் பார்க்கிறது. இன உணர்வு, மொழி உணர்வு, தமிழ் படித்தவனுக்கான வீரம் பற்றியெல்லாம் வகுப்பறையில் கம்பீரமாய்க் கொட்டி முழக்குகின்ற பேராசான் தம் வீட்டுக்குள் பதுங்கிக் கிடக்கும் நிலையைப் பகடி செய்கிறது இக்கவிதை. வகுப்பறையில் விஸ்வரூபம் காட்டுகிற பேராசான் வீட்டுக்குள் வாமன அவதாரம்போல் குறுகிக் கிடப்பதைக் கண்டு கவிஞர் மனம் கலங்குகிறது. தம் பேராசிரியரின் இருவேறு குணாம்சங்களைக் கண்டு குழம்பிப் போன கவிஞர்,

> **நானோ**
> **வகுப்பறை நிகழ்வுகளை**
> **ஞாபகப்படுத்தியவனாய்**
>
> **'ஐயா' என்றேன்,**
>
> **அதற்கு**
> **'சொல்லுதல் யார்க்கும் எளிய அரியவாம்**
> **சொல்லிய வண்ணம் செயல்'**
>
> **என்றார்.**

என்று பதிவு செய்கிறார். இக்கவிதையைப் படிக்கத் தொடங்குகையில், கவிதையை எப்படி முடிப்பார் என்கிற ஆவல் மேலோங்கி நின்றது. எல்லாச் சிக்கல்களுக்கும் திருக்குறளில் தீர்விருக்கிறது என்பதை உணர்ந்து கொண்ட கவிஞர், திருக்குறளின் துணையோடு கவிதையை முடித்திருப்பது முத்தாய்ப்பு.

அப்பத்தாக்களைவிட அம்மாச்சிகளையே அதிகம் பிடிக்கிறது எல்லாக் குழந்தைகளுக்கும். அம்மாச்சி என்பவள் மூதாயாக – மூத்த தாயாக இடம் பிடித்துவிடுகிறாள். எல்லோர் வாழ்விலும் அம்மாச்சி மடியில் படுத்துக்கொண்டு கதைக் கேட்ட காலங்கள் மலையேறிவிட்டன. இனி, அம்மாச்சி குறித்த கதைகளைத்தான் அடுத்த தலைமுறைக்கு நாம் கடத்த வேண்டி இருக்கும். தம் அம்மாச்சி குறித்த பால்ய நினைவுகளைப் பதிவு செய்கிறார் கவிஞர். அம்மாச்சி என்பவள் ஆண்டவன் கொடுத்த வரம் –

உயிர்காக்கும் செவிலி – மூத்த தாய் என்றெல்லாம் அம்மாச்சியின் பெருமைகளைப் பட்டியலிடுகிறார்.

அவளின் சுருக்குப் பையிலிருந்து
ஐம்பது பைசா திருடி
கல்கோனா வாங்கித் தின்றால்
கரையவே கரையாது
அவளின் பாசத்தைப் போலவே

என்கிறார். அம்மாச்சியின் பாசம் கரையவே கரையாது; குறையவே குறையாது என்பதைக் 'கல்கோனா'வுடன் ஒப்பிட்டு உரைத்த பாங்கு தித்திக்கச் செய்கிறது. அடுத்த தலைமுறைக்குக் கல்கோனாவும் தெரியாது! அம்மாச்சியும் தெரியாது என்பது ஏங்க வைக்கும் உண்மை.

தனக்கு வாய்த்தது போல் அம்மாச்சி, தன் மகனுக்கு வாய்க்குமா? என்னும் ஏக்கம் கவிஞரின் உள்ளத்தில் தோன்றுகிறது.

என் மனைவி
மகப்பேறு அடையப்போகிறாள்

உதட்டுச் சாயமும்
பஞ்சாப் சுடிதாரும்
கீல்ஸ் வைத்த செருப்பும் போட்டு நடக்கும்
மாமியார்
என் அம்மாச்சி மாதிரி ஆவாரா?
பாவம்
என் பிள்ளைகள்

என்று தன் ஏக்கத்தைப் பதிவு செய்கிறார். நாகரிக மோகத்தால் அம்மாச்சிகளைத் தொலைத்தது கடந்த தலைமுறை! அம்மாச்சிகளே தொலைவது இன்றைய தலைமுறை என்பதைச் சொல்லாமற் சொல்கிறது கவிதை.

பெண்ணின் ஸ்தனங்களைப் பாடாத இலக்கியங்கள் பெரும்பாலும் இல்லை என்றே கூறலாம். 'ஸ்தனம்' என்பது காலந்தோறும் போகத்திற்கு உரிய ஒன்றாகவே கருதப்பட்டு வந்திருக்கிறது. ஒவ்வொரு படைப்பாளியும் ஒவ்வொருவகையில் ஸ்தனங்களைப் பாடிக் கடந்திருக்கின்றனர்.

"கடாஅக் களிற்றின்மேல் கட்டபடாம் மாதர்
படாஅ முலைமேல் துகில்" (குறள் : 1087)

என்கிறார் வள்ளுவர்.

“பிறந்திடத்தைத் தேடுதே பேதை மடநெஞ்சம்
கறந்திடத்தை நாடுதே கண்”

என்கிறார் பட்டினத்தடிகள்.

ஆண்டாள் தம் பாசுரங்களில் “செப்பன்ன மென்முலை’ என்றும்,

“என் ஆகத்து இளங்கொங்கை விருப்பித்தாம் நாள்தோறும்
பொன்ஆகம் புல்குதற்குஎன் புரிவுடைமை செப்புமினே”

என்றும்,

கொங்கைமேல் குங்குமத்தின்
குழம்புஅழியப் புகுந்து ஒருநாள்
தங்குமேல் என்ஆவி
தங்கும்என்று உரையீரே

என்றும்,

கொள்ளும் பயன்ஒன்று இல்லாத
கொங்கை தன்னைக் கிழங்கோடும்
அள்ளிப் பறித்திட்டு அவன்மார்பில்
எறிந்துஎன் அழலைத் தீர்வேனே

என்றும் பதிவு செய்கிறார்.

இளங்கோவடிகள்,

இடமுலை கையால் திருகி, மதுரை
....
....
தீத்திறம் பக்கமே சேர்க என்று காய்த்திய
பொற்றொடி ஏவப்...

என்று கண்ணகி மதுரையை எரித்த விதத்தை விளக்குகிறார்.

சமீபத்தில் வாசிக்க நேர்ந்த அமரந்த்தாவின் ‘பால்கட்டு’ சிறுகதையும், அண்டனூர் சுராவின் ‘கொங்கை’ குறுநாவலும் ஸ்தனங்களால் பெண்கள் படுகிற வலிகளை, அவத்தைகளை உண்மையின் பக்கம் நின்று உரக்கப் பேசின.

அன்புத்தம்பி முனைவர் யா.சாம்ராஜ் அவர்களின் ‘ஆடல் பாடல் கலைக்குழு’ கவிதையை ‘இனிய உதயம்’ இதழில் படித்தபோது உள்ளிருந்த விலங்குத்தோல் உரியக் கண்டேன்.

கலைக்குழுவில் ஆடும் பெண்களின் வலிகளை இந்தளவு எவரும் யோசித்துப் பார்த்திருக்க மாட்டார்கள். ஒரு திருவிழாவின் ஆடல் பாடல் நிகழ்ச்சியைப் படிப்படியாக வருணித்துக் கொண்டு வரும் கவிஞர், கடைசியில்,

> எல்லை மீறிய
> நடன அசைவுகளுக்குப் பிறகு
> வழிவிடு முருகனைப்
> பரிதாபமாய்ப் பார்த்தபடி
>
> கீறல்பட்ட
> அங்கங்களின் வலியை மறந்து
> கதறியழும் தன் குழந்தைக்குப்
> பால் கொடுத்துக் கொண்டிருந்தாள்
> சலங்கை சரோஜா

என்று முடிக்கிறார். பெண்களைச் சக மனுஷியாக மதித்து நடத்த இது போன்ற இன்னும் பல கவிதைகள் தமிழில் வரவேண்டியது காலத்தின் தேவை.

"வார்த்தைகளுக்கு இடைப்பட்ட மௌனத்தில் கண்ணுக்குத் தெரியாத அன்பை நெய்வதே என் கவிதைக் கொள்கை" என்பார் கவிஞர்.நா.முத்துக்குமார். அன்புத்தம்பி முனைவர். யா.சாம்ராஜ் அவர்களும் இதே கொள்கையை உடையவர்தாம். இத்தொகுப்பு முழுவதும் அன்புதான் பிரதானமாக இருக்கிறது. அனாதைக் குழந்தை குறித்தும், யாசகர்கள் குறித்தும், திருநங்கையர் குறித்தும், மாற்றுத் திறனாளிகள் குறித்தும், சிறுமியரைச் சீரழிக்கும் பாலியல் வன்முறை குறித்தும் மொத்தத்தில் சாமானியர்களின் பக்கம் நின்று சாட்டை சுழற்றுகிறார் கவிஞர்.

'முதன் முதலாய் அம்மாவுக்கு' என்று கவிப்பேரரசு வைரமுத்து அவர்கள் எழுதியதைப் போல, அன்புத்தம்பி முனைவர் யா.சாம்ராஜ் அவர்களும் தம் தாய் குறித்து ஒரு கவிதை எழுதியுள்ளார். தாயின் அருமை பெருமைகளைச் சொல்லிக் கொண்டே வருகிற கவிஞர்.

> இந்த மரியசெல்வம்
> மரிக்கொழுந்தா
> என் மகள் வடிவில் வந்திடணும்
> என் சாவில்
> உன் கண்ணீரால்
> நல்லடக்கம் செஞ்சிடணும்

என்கிறார். எல்லா மகன்களுக்குள்ளும் இருக்கும் ஆசையைக் கவிஞர் வெளிப்படையாகப் பதிவு செய்திருக்கிறார்.

செட்டிநாட்டு விருந்துக்குச் சென்ற சாமானியனைப் போல, தம்பியின் தொகுப்பிற்குள் நுழைந்து திரும்பியிருக்கிறேன். விதவிதமாய் விருந்து வைத்திருக்கிறார், தம்பி. ஒன்றிரண்டைத்தான் உங்களோடு பகிர்ந்துகொள்ள முடிந்தது. விருந்தின் சிறப்பு விளங்க வேண்டுமெனில் ஒவ்வொருவரும் விருந்து மண்டபத்துள் நுழைவதே சிறப்பு. விருந்துண்டவன் வழிவிட்டு விலகி நிற்கிறேன். சென்று வாருங்கள்.

காலத்தால் உருவாகிறவன் கவிஞன்; காலத்தையே உருவாக்குகிறவன் மகாகவிஞன் என்பார்கள். அன்புத்தம்பி முனைவர் யா.சாம்ராஜ் அவர்கள் தன்னைச் சுற்றியிருந்த கூட்டைத் தானே உடைத்து ஒரு பட்டாம்பூச்சியைப் போல வெளிவந்தவர். அவர்தம் நீண்ட நெடிய இலக்கியப் பயணத்தில் சக பயணியாய்ப் பயணித்து வருபவன் என்கிற வகையில் அவர்தம் இலக்குகளை ஓரளவு அறிவேன். தன் சாதனைகளைத் தானே முறியடிக்கும் வல்லமை பெற்ற தம்பிக்குத் திசையெட்டும் காத்திருக்கின்றன.

ஒரு நதியைப் போல ஓடிக்கொண்டிருக்கும் அன்புத் தம்பிக்கு அண்ணனின் பேரன்பு வாழ்த்துகள்.

தேவகோட்டை,   என்றென்றும் அன்புடன் அண்ணன்,
10.09.2020.   **துஷ்யந்த் சரவணராஜ்**,
                                      தேவகோட்டை

உள்ளே...

- பாவம் எங்க ஐயா 27
- அடியாட்கள் 30
- அம்மாச்சி 33
- ஆடல் பாடல் கலைக்குழு 36
- சில மணித்துளிகள் 38
- குப்பைகளில் ஒலிக்கும் குரல்கள் 42
- பஞ்சாயத்து டி.வி 44
- எங்கே செல்லும் இந்தப் பாதை 48
- நன்றி வாக்காளர்களே 51
- அவள் சம்மதமறியாமல் 53
- மேகம் 55
- ஐயோ வலிக்கிறது 57
- அழிவியல் 60
- திருத்தம் தேவை 63
- கனவு 65

- பொம்மக்குட்டி அப்பா 67
- புதுயுக இந்தியா 71
- இதயத்தில் சுமந்தபடி 75
- நம்பிக்கையும் அப்பாவும் 77
- தம்பி தகப்பனாகிறான் 80
- பிறந்த மண் 83
- தொலைபேசிக் காதல் 87
- தாய்மாமா 92
- சகியே 96
- கருவின் கண்ணீர் 98
- தங்கமான புருஷன் 100
- கரோனாவும் உயிர்ச்சேதமும் 102
- தோற்றாலும் ஜெயிக்கும் 105
- அப்பாவும் பல பரிமாணங்களும் 107
- என் மகளா நீயிரம்மா 110

பாவம் எங்க ஐயா

முனைவர் தமிழ்தாசன் என்றாலே
எங்களுக்கு
அவ்வளவு சந்தோசம்

சங்க இலக்கியம் தொடங்கி
இக்கால இலக்கியம் வரை
சகலகலா சக்கரவர்த்தி அவர்

உச்ச ஸ்தாயியில்
தேவாரப் பாடல்களைப் பாடி
பாடம் நடத்தும்பொழுது
சிவபெருமானும் உமையாளும்
நேரில் தரிசனமாகி
எங்களோடு
அமர்ந்திருப்பது போலவே உணர்வோம்

தமிழனாய்ப் பிறந்தவன்
யாருக்கும் அஞ்சுதல் கூடாது
அவன் பயந்திருந்தால்
'என்று தணியும் எங்கள் சுதந்திர தாகம்
என்று மடியும் எங்கள் அடிமையின் மோக'மென்று
உரக்கச் சொல்லியிருப்பானா
அந்தப் பாரதிப்பாட்டன்?

தமிழ்மொழி இனிமையானது
இனிப்புமிக்கது
பெற்ற தாயைப் போல்
பேணிக்காக்க வேண்டுமென்று
நொடிக்கொருமுறை
புல்லரிக்கும்படி
புத்துணர்வு ஏற்படுத்துவார்

நாங்களும்
வாநீர் ஒழுக
வதங்கா முகத்தோடு
வாசனையாய்க் கேட்போம்

மயக்கம் தரும்
ஒரு மாலை வேளையில்
மரியாதை நிமித்தமாக
அவர் இல்லம் சென்றிருந்தேன்

தன் பேரனை
மடியில் அமர்த்தியவாறு
''எங்க MUMMY சொல்லு, MUMMY சொல்லு'' என்று
படம் வரைந்திருக்கும்
புத்தகத்தில் கை வைத்துக்
கொஞ்சிக்கொண்டிருந்தார்

திடீரென
யாரோ ஒருவர்
கதவைத் தட்ட
நிலையருகே அமர்ந்திருந்தவரைப் பார்த்து
''நந்தி மாதிரி
இப்படி உக்காந்திருக்க

மனுச மக்க
நடக்குறதா இல்லையா'' என்று
சூடாக அதட்டினார்
அவரின் இல்லத்தரசி

பாவம் பேராசிரியர்
பயத்தில்
ஒதுங்கி அமர்ந்தார்

நானோ
வகுப்பறை நிகழ்வுகளை
ஞாபகப்படுத்தியவனாய்
''ஐயா'' என்றேன்

அதற்கு
“சொல்லுதல் யார்க்கும் எளிய அரியவாம்
சொல்லிய வண்ணம் செயல்”
என்றார்.

அடியாட்கள்

எம்.ஏ., எம்.ஃபில்., பி.எட்.,
இவர்கள் யாவரும்
வட்டிக்குப் பணம் வாங்கிப்
படித்ததன் பயனாய்
என் பெயருக்குப் பக்கத்தில் நிற்கும்
அடியாட்கள்

இவர்கள் யாருடனாவது
அதட்டிப் பேசினால்
மனதளவில்
அடிபடக் கூடியவர்கள்

வழக்கமாய்
கோவிந்தா டீ ஸ்டாலுக்குக்
கொட்டை வடிநீர்
அருந்தச் சென்றபோது
நாளிதழின் நான்காம் பக்கத்தில்
நிரந்தரத் தமிழாசிரியர் பணியிடம்
OC – 1 என்ற விளம்பரம்
முகத்திற்கு எதிரே முகங்காட்டியது

மகேஷ் கணினியகத்தில்
தன் விபரப் பட்டியல்

தயார் செய்து
பள்ளித் தலைமையிடம்
ஒப்படைத்துவிட்டு
தெரிந்த ஆசிரியரிடம்
விபரம் கேட்டபோது

'தம்பி
கவலைப்படாதே!
மெரிட்டுக்குதான் பணியிடம்
நேர்முகத் தேர்வு
வித்தியாசமாய் இருக்கும்' என்றார்

இரண்டு நாட்கள் கழித்து
இன்னொரு
ஆசிரியரை வழியில் சந்தித்தபோது
'எப்பயாவதுதான் தம்பி
OC லிஸ்ட் வரும்
எங்க சாதிக்காரப் பிள்ள பாவம்
அத யாரு காப்பாத்துவா?
அந்தப் பெண்ணையே
OK பண்ணீட்டோம்' என்றார்

OC யையும்
OK வையும்
நினைத்து
விரக்தியில் வந்த நான்

என் பெயருக்குப் பக்கத்தில் நிற்கும்
அடியாட்களை
எச்சில் துப்பி அழிக்க
ஆயத்தமாகும் போது

தயவுசெய்து அழிக்காதே நண்பா!
நீ செலவழித்ததற்கு
நாங்கள்
நன்றிக்கடன்பட்டவர்கள் என்கிறார்கள்.

☙❧

அம்மாச்சி

அம்மாச்சி
அமைவதெல்லாம்
ஆண்டவன் கொடுத்த வரம்

அம்மாவின்
மார்பினுள் தலை சொருகி
உலகைக் காணும் பாக்கியம்
எனக்கு இல்லை என்று
நர்ஸ் மணிமேகலை
சொன்னபோதும் கூட
நர்ஸை வெளியே அனுப்பிவிட்டு
அம்மாச்சி நர்சாக மாறி
எனக்கு உயிர்ப்பிச்சை அளித்த வரலாறு
அவளுக்கு உண்டு

அதனாலோ என்னவோ
அம்மாவைக் கட்டியணைத்து
உறங்கியதைவிட
சட்டை அணியாத
அம்மாச்சியின்
மார்பகச் சூட்டில்
கண்ணுறங்கி விழித்த காலங்கள்
ஏராளம் ஏராளம்!

யா. சாம்ராஜ்

சங்கீதம் தெரியாத
அவளின் தாலாட்டுப் பாடல்களில்
தூங்கித் தூங்கியே
என் ஆயுளை
அதிகப்படுத்தியிருக்கிறேன்

கதை சொல்லச் சொல்ல
என் கைவிரல்கள்
அவளின் தண்டட்டிக் காதைப்பிடித்து
ஊஞ்சலாட்டும்

அவளின் சுருக்குப் பையிலிருந்து
ஐம்பது பைசா திருடிக்
கல்கோனா வாங்கித் தின்றால்
கரையவே கரையாது
அவளின் பாசத்தைப் போலவே

என்னை
இறுக்க அணைத்து
முத்தமழை பொழியும் போது
உதட்டுச் சாயத்தை விஞ்சிவிடும்
அவளின் வெற்றிலை போட்ட உதடுகள்

எனக்கு மூக்கு ஒழுகினால்
தன் வாயால் உறிஞ்சி எடுத்து
சளியையும் இருமலையும்
துரத்தி விடும்வரை
அவளுக்குத் தூக்கமே வராது

அப்படி
பாசத்தைக் கொட்டிக் கொட்டி வளர்த்த
அம்மாச்சி
இப்போது கனவில்கூட
வருவதில்லை

அடிக்கடி நினைத்துப் பார்க்கிறேன்

என் மனைவி
மகப்பேறு அடையப்போகிறாள்
உதட்டுச் சாயமும்
பஞ்சாப் சுடிதாரும்
கீல்ஸ் வைத்த செருப்பும் போட்டு நடக்கும்
மாமியார்
என் அம்மாச்சி மாதிரி ஆவாரா?

பாவம்
என் பிள்ளைகள்.

ஆடல் பாடல் கலைக்குழு

வழிவிடும் முருகன் கோயில் அஷ்டபந்தன
மஹா கும்பாபிஷேக விழாவை முன்னிட்டு
இரவு சரியாக 10 மணியளவில் சலங்கை சரோஜாவின்
ஆடல், பாடல் நிகழ்ச்சி நடைபெறுமென்று
வீதியெங்கும் நோட்டீஸ் ஒட்டப்பட்டிருந்தது.

வளையத்தைத் திருகினால்
மேடையில்
தண்ணீர் கொட்டும்
ஷவர் செட் அமைக்கப்பட்டிருந்தது

கண்ணுக்கெட்டிய தூரம்
கடுமையான கூட்டம்
காதைக் கிழிக்கும்
விசில் சத்தங்களுக்கு இடையே

'ஒரு தாலி வரம்
கேட்டு வந்தேன் தாயம்மா
கண்திறந்து பாரம்மா
வேறு துணை யாரம்மா'

முதல் பக்திப் பாடலுக்கே
நடனமாடியவர்களின் உடல்கள்
நனையத் துவங்கின

அடுத்தடுத்த பாடல்களுக்கு
வாசனை சோப்புகள்
வழங்கப்பட்டன

இதோ அடுத்த பாடல்
உங்கள் விழிகளுக்கு
விருந்து படைக்க
சகலகலாவல்லவன்
திரைக்காவியத்திலிருந்து
நிலாக்காயிது பாடல்
கண்டுகளியுங்கள் ரசிகர்களே!

எல்லை மீறிய
நடன அசைவுகளுக்குப் பிறகு
வழிவிடு முருகனைப்
பரிதாபமாய்ப் பார்த்தபடி
கீறல்பட்ட
அங்கங்களின் வலியை மறந்து
கதறியழும் தன் குழந்தைக்குப்
பால் கொடுத்துக் கொண்டிருந்தாள்
சலங்கை சரோஜா.

۞

சில மணித்துளிகள்

உங்களிடம்
கொஞ்சம் பேச வேண்டும்

அழுதழுதே
வீங்கி இருக்கும்
கன்னங்களைப்
பல் வலியென்று
எத்தனை நாட்கள்தான்
பொய் சொல்ல முடியும்

கேள்விப்பட்டேன்
நெடுங்காலமாக
என்னைக் காதலிப்பதாக

ஒரு வார்த்தை...
ஒரே ஒரு வார்த்தை...

அவ்வளவு
கேவலமானவளா நான்
உங்கள் பேச்சைக்
கேட்காமல் போவதற்கு?

கல்வாரிப் பாதையில்
ஓரிரு நாட்கள் மட்டுமே

சுமத்தப்பட்ட சிலுவைச் சுமைக்கு
விடிவு பிறந்ததை
நீங்கள் அறிவீர்கள்

இத்தனை வருடங்களாய்
என்னைச் சுமந்த
அந்தப் பாரச் சிலுவைக்கு
விடிவு வராதா என்று
ஏன் உணரவில்லை?

இருவருமே
ஒன்றாகத்தானே படித்தோம்

இருவருமே
வெவ்வேறு போட்டிகளில்
வெற்றி பெற்று
முகத்தோடு
முகம் பார்த்துத்தானே
கை குலுக்கிக் கொண்டோம்

பார்க்கும் போதெல்லாம்
உங்கள் பெயரை
ஓயாமல் உச்சரிப்பேனே

இருவருமே
தொலைபேசியில்
சில மணித்துளிகள்
நலம் விசாரித்துக் கொள்வோமே

அந்தச் சாந்த
சந்திப்பில் கூட
ஒரு வார்த்தை...
ஒரே ஒரு வார்த்தை...

யா. சாம்ராஜ்

உங்கள்
தயக்கத்திற்கு
எது காரணம்?

என் அழகா?
அது நிரந்தரமில்லையே

நீங்கள்
மெய்மறந்து
போவதாகச் சொல்லும்
இலக்கணச் சுவையில்லாத
ஆங்கிலப் பேச்சா?

அது நமக்குத்
தேவையில்லையே

சாதியா?
வாழப் போவது நாம்தானே

என் பெற்றோருக்கு
நீங்கள் செய்யும்
துரோகம் என்ற உறுத்தலா?

இருவருமே
பக்குவப்பட்டவர்கள்
மேற்படிப்பில்
மேன்மை கண்டவர்கள்

என்னைப்
பட்டுமெத்தையில் தாலாட்டி
பால்சோறு ஊட்டாவிட்டாலும்
பழைய சோறு ஊட்டியாவது
என் பசியைப் போக்க
உங்களால் முடியுந்தானே

இருந்தும்
கால நேரம்
பார்த்துத்தான்
காதலைச் சொல்லவேண்டுமென்றால்

அந்தக் கடிகாரத்தையும்
நாட்காட்டியையும்
சபிக்கிறேன்

நேரம் கடந்த பிறகு
நேர்த்திக்கடன் எடுத்து
என்ன பயன்

உங்கள்
ஒருதலைக்காகப்
பலதலை உறவுகளின் பாசத்தைப்
பறிகொடுக்க
விருப்பமில்லை

என்னை
மன்னித்துவிடுங்கள்
என்பதைத் தவிர
மறந்து விடுங்கள் என்று
சொல்ல மாட்டேன்

அது
நீங்களாக உருவாக்கிக் கொண்டது.

குப்பைகளில் ஒலிக்கும் குரல்கள்

என் அம்மா எங்கே?
அவள் எப்படி இருப்பாள்
நீங்கள் அறிவீரா?

எதற்காக என்னைக்
குப்பைகளோடு
குப்பையாக்கினாள்

இது வறுமையின் கோளாறா?
இல்லை
வாலிபத்தின் பிழையா?

என்னால் உருவான
அந்தப் பரிசுத்த ரத்தத்தை
எந்தக் குட்டையில்
ஊற்றியிருப்பாள்

கொசுக்கள்
என்னை முத்தமிடும்போது
கதறியழும் என் கூக்குரல்
அவள் காதுகளைத்
துளைக்கவில்லையா?

அவளுக்கு நான்
அசிங்கமென்றால்
பத்துமாதம் ஏன்

தன் வயிற்றுக் குடுவைக்குள்
என்னை அனுமதித்திருந்தாள்?

என் பசிக்கொடுமை
அவளைத் தாக்கியிருக்காதா?

என் பரட்டைத் தலை
அவளைப் பைத்தியமாக்கியிருக்காதா?

எனக்குள்
நோய்கள் புகுந்து
சொந்தம் கொண்டாடினால்
முதலில் அவளைத்தானே பாதிக்கும்

அந்தப் பாதிப்பில் கூடவா
இந்தப் பால்முகத்தை
மறந்திருப்பாள்

இந்த ஈனப்பிறவியை
விதைத்துவிட்டு
எங்கிருப்பாளோ
அந்த இல்லத்தரசி

கடவுளே!
குப்பைகளோடு
குப்பையானதால்
இனி எந்தத் தாய்
என்னைத் தத்தெடுக்கப் போகிறாள்

கறை படிந்த பெண்ணே!
கருவளர்த்து
எம்மை அனாதையாக்குவதைவிட
கருவறுத்துக்
கன்னியாகி விடு..!

✦

யா. சாம்ராஜ் ☙ 43

பஞ்சாயத்து டி.வி

ஊரே ஒன்று கூடி
அந்தச் சின்ன கட்டடத்திற்குள்
முண்டியடித்துக் கொண்டு
படம் பார்ப்பது
மோட்ச நிலைதான்

DD1 தான்
எங்களுக்குத் தேவலோகம்

மற்ற நாட்களை விட
விருந்தாளிகள் வராத திருவிழாவாக
வெள்ளிக்கிழமையும்
ஞாயிற்றுக்கிழமையும்
விசேஷம் நிறைந்து காணப்படும்

வெள்ளிக்கிழமை
மாலை 6.30 மணிக்கெல்லாம்
பீத்தப்பாய்,
சிமெண்ட் சாக்கு,
தென்னந்தட்டி,
கிழிந்த துண்டு
கரிக்கட்டையால் வட்டம் என
தங்கள் இருக்கைகளை

முன்பதிவு செய்து
சாப்பிட்டு வருவதற்கும்
7.30 மணிக்கு ஒளிப்பரப்பாகும்
'ஒளியும் ஒலியும்' தொடர்கிறது என
ஊதாக் கலரில்
கோடு கோடுகளாய்
ஒரு நிமிடம்
கொசு மொய்த்து நிற்பதற்கும்
சரியாக இருக்கும்

8.00 மணிக்கு
ஆங்கிலச் செய்தியைக்
கண்சிமிட்டாமல் பார்த்து

8.30 மணி தமிழ்ச் செய்தியில்
கண்ணுறங்கி
9.30 மணிக்கு
திரைப்படம் ஆரம்பமாகும் போது...
இத்திரைப்படத்தை
வழங்குபவர்கள் என
15 விளம்பரங்கள் வரிசைப்படுத்தப்படும்

விக்கோ டெர்மரிக்
விளம்பரத்தில்
முகங்களைத் துடைத்து
குளோசப் விளம்பரத்தில்
கொட்டாவி விடும்போது
அருகில் இருப்பவர்களின்
ஈரக்குலை இறந்துவிட்டதாகவே
உணரப்படும்

இரவு
12.40 மணிக்கு
என்ன படம் பார்த்தோமென்றெ
தெரியாமல்
எழுந்து போவதுண்டு

ஞாயிற்றுக்கிழமைகளில்
இன்னும் கூடுதல்
உற்சவம் குதூகலிக்கும்

மதியம் 12.30 மணிக்கே
பெண்களெல்லாம்
சகிதமாய்த்
துணி துவைத்துக் குளித்து
3.45 மணிக்குள்
இரவு உணவு தயார் செய்து
4.00 மணிக்கு
டி.வி.முன் அமரும்போது
சாப்பிட வாங்க
நிகழ்ச்சி தொடரும்

விளம்பர
இடைவேளைக்கு நடுவே
பொரியரிசி,
பச்சரிசி, புழுங்கல் அரிசி
காரச்சேவு, முறுக்கு என
உட்செலுத்திக் கொண்டிருக்கும்போதே
ஆயிரம் அந்துருண்டைகளை விஞ்சிடும்
கெட்ட வாடை நாசியைச் சீண்டையில்
நானா நீயாவென
சிரிப்பும் விளையாட்டும்
சண்டைகளுக்கும் நடுவே
யாரோ ஒரு முதியவர் ஊதும்
மலபார் பீடிப் புகை
தீர்த்து வைக்கும்

கதாநாயகன்
அடிவாங்கும் போது
ஆத்திரப்பட்டும்

கதாநாயகி
அழும்போது
முந்தானை நனைத்தும்

வில்லனைக்
கெட்ட வார்த்தைகளால்
கொட்டித் தீர்த்தும்

இப்படி
இனம்புரியாத சந்தோசங்கள்
இப்போது
டன்டனாடன் (DTH)மூலம்
வீட்டுக்குள் அடைபட்டுவிட்டது

போன வாரம்
ஊருக்குப் போகையில்
இடிந்து விழும் நிலையில் இருக்கும்
அந்தக் கட்டடத்தை
ஆந்திப் பார்த்தபோது
வாழ்க்கைப்பட்டு
மூளியான நிலையில்
முகம் உடைந்து
உட்கார்ந்திருந்தது
பஞ்சாயத்து டி.வி.

எங்கே செல்லும் இந்தப் பாதை

அந்த
முதல் ரயில் பயணம்
இன்பகரமாய் இருக்குமென்றுதான்
ஏகாந்தமாய்
ஏறி அமர்ந்தேன்

ரயில் நிலையத்திலிருந்து
பலநூறு வேதனைகள்
என்னை வேர்களாக்கிக் கொண்டன

மதுபாலக்கிருட்டிணனைவிட
பிச்சைப் பாத்திரம்
ஏந்தி வந்தேன் பாடலைக்
கூடுதல் அழகோடு பாடி
பிச்சை கேட்கிறார்
பார்வையற்ற முதியவர் ஒருவர்

இராமேஸ்வரத்திலிருந்து
திருச்சிராப்பள்ளி வழியாகச்
சென்னை செல்லும்
வழித்தடங்களை
வரிசைப்படுத்திச் சொல்லிவிட்டு

நான் கால் இழந்தவன் என்று
கருணைக்குரல் எழுப்புகிறார்
ஒரு நடுத்தர வயதுக்காரர்

வித்தியாசமாய்க் கைதட்டி
"அத்தாச்சி வந்திருக்கேன்
ஆதரவு தாங்க" என்று
அன்பும் அதட்டலுமாய்
அருகில் வருகிறார்கள்
திருநங்கையர் இருவர்

பிள்ளைக்குப் பசியெடுப்பதாய்ப்
பான்பராக் நெடியுடன்
கையேந்தி நிற்கிறாள்
சின்னவயது தாயொருத்தி

சூடான சாயா
ருசி இல்லாட்டி
காசு வேண்டாம் என்று
உருண்டு வரும்
வியர்வையைத் துடைத்துக் கொண்டே
வியாபார வித்தை
நிகழ்த்துகிறான்
சிறுவன் ஒருவன்

பயணச்சீட்டில்லாமல்
பயணம் செய்தவரை
கன்னத்தில் அறைந்து
அடுத்த நிறுத்தத்தில்
தள்ளி விடுகின்றார்
ரயில்வே காவலர்

நேரம் நெருங்க நெருங்க
எனக்கான நிறுத்தத்தில்
இறங்கியபோது
சிலுவையை விட
கனத்தது மனது

என்னைவிட
ஆயிரம் சிலுவைகளைச் சுமந்தபடி
அழுதுகொண்டே சென்று மறைந்தது
அந்த ரயில்.

நன்றி வாக்காளர்களே

அரசியல்
தெரியாதவர்களை
வேட்பாளர்களாய்க்
களமிறக்கிப்
பிரச்சாரம் செய்து
பீதி ஏற்படுத்துவதுண்டு

குடோன்கள்
வீடுகள்
அரசுப் பேருந்துகள்
ஆம்புலன்சுகள் எனக்
கணக்கில்லாத கரன்சிகள்
பல களவாடப்படுவதும்
சில கைப்பற்றப்படுவதுமுண்டு

மனிதத்தைத் தவிர்த்து
சாதியையும்
மதத்தையும் கொண்டே
கூட்டணிகள் கொக்கரிக்கும்

சின்னங்களே தெரியாமல்
வேட்பாளர்கள் பெயர் மறந்து
வரலாறுகள் வதை செய்யப்பட்டு
பொதுக்கூட்ட மேடைகளில்
புயல் கிளப்பிப் போவார்கள்
கூட்டணிப் பிரபலங்கள்

யா. சாம்ராஜ்

நாம் சிரிப்பதோடு
சில சமயம்
தலையில்
அடித்துக் கொள்வோம்

இவர்கள் யாரும்
தலைவர்களாவதற்குத்
தகுதியில்லை எனத் தெரிந்தும்

கொடி பிடிப்போம்
காசு வாங்குவோம்
கூட்டம் கூடுவோம்
கோஷம் எழுப்புவோம்

அறிவிப்பு
அதிரடியாய் வரும்

யாரோ ஒருவன்
வெற்றி பெற்ற பிறகு
உங்களிடமிருந்து
விடைபெறுவது
உங்கள் வெற்றி வேட்பாளன் என்ற
கிண்டல்களோட
தேர்தல் திருவிழா
முற்றுபெறும்

அடிமைகளாக
ஆயத்தமாகி
நமக்கு நாமே
சொல்லிக் கொள்ளலாம்
நன்றி வாக்காளப் பெருகுடி மக்களே என்று.

அவள் சம்மதமறியாமல்

உங்களுக்குத் தெரியுமா?
எத்தனை காதலிகள்
தங்கள் காதலன்களைப்
படைப்பாளிகளாக்கி இருக்கிறார்கள்

எத்தனை காதலிகள்
தங்கள் காதலன்களின்
படைப்புக்களை
வேற்று தேசத்திற்கு
அறிமுகப்படுத்தி இருக்கிறார்கள்

எத்தனை காதலிகள்
தங்கள் காதலன்களைச்
சான்றோர் அவையில் நிறுத்திப்
பலநூறு பரிசுகள் வாங்குவதைக்
கை தட்டி ரசித்துக்
கௌரவப்படுத்தி இருக்கிறார்கள்

எத்தனை காதலிகள்
தங்கள் காதலன்களுக்கு
உடல்நிலை சரியில்லை என்பதை
உள்ளுணர்ந்து ஓடிவந்து
நலம் விசாரித்திருக்கிறார்கள்

படைப்பாளியாக்கியது
வேற்று தேசத்திற்கு
அறிமுகப்படுத்தியது
தன்னம்பிக்கை விதைத்தது
கைகொடுத்துக் கௌரவப்படுத்தியது
நலம் விசாரித்தது
இன்னும் எவ்வளவோ

இவையாவும்
அவள் சம்மதம் அறியாமலே
என்னுடையவளாக
எண்ணப்பட்டதன் பயன்

உருவாக்கிவிட்டவள்
ஒன்றும் தெரியாதவளாய்
ஒருநாள் சேர்ந்து நடக்கையில்
நான்கு வரிக் கவிதையை
இப்படி
உதிர்த்துவிட்டாள்

"நீங்க யாரப்பா
காதலிக்கிறீங்க
யாருன்னு சொல்லுங்க
நான் உதவி பண்ணுறேன்."

மேகம்

என்ன
கொடுமை செய்ததோ வானம்

வாழா வெட்டியாய்
எங்கோ
கோபித்துக் கொண்டு போகிறது

தடுத்தும் பலனில்லை
தாட்சணியமும்
தேவையில்லை என்கிறது

காரணம் கேட்டால்
ஒன்பது பங்காளிகள்
ஒன்றிணைந்த
பெரிய குடும்பத்தில்
வாழ்க்கைப்பட்டதுதான் காரணமாம்

மேகத்திற்கு
அம்மா இருந்திருந்தால்
ஆறுதலாவது கிடைத்திருக்கும்
பாவம்
யார் பெற்ற பிள்ளையோ
தன் சோகங்களைச் சொல்லி
அழுது தொலைக்கிறது
அவனியெங்கும்

யா. சாம்ராஜ் ஓ 55

தான்
கறுப்பாக இருப்பதைக்
காரணம் காட்டித்
தன் விழிகளால்
விரட்டியடிக்கிறது சூரியன்

தன் பால் முகத்தைக் காட்டிப்
பெருமை பாராட்டிக் கொள்கிறது
நிலவு

என்னைப் பார்த்துக்
குலுங்கிக் குலுங்கிச் சிரிக்கின்றன
விண்மீன்கள்

இவற்றையும் கடந்து
இடியும் மின்னலும்
என் ஆடை களைந்து
அத்துமீறிச் செயல்படுகின்றன

இவர்களை ஒடுக்க
நான் நினைத்தால்
என் முந்தானையால்
முக்காடு போட்டு
மூச்சடைக்க வைக்க முடியும்

அடக்கத்திற்குப்
பெயர் போனவள்தானே பெண்

அதனால்தான்
இவர்களிடம்
அடிமைப்பட்டு
வாழ்ந்து கொண்டிருக்கிறேன்.

ஐயோ வலிக்கிறது

அண்ணா... அண்ணா...
தாங்க முடியவில்லை
தயவுசெய்து
உங்கள் தங்கையாக
நினைத்துக் கொள்ளுங்கள்

வேண்டாம்
அருகில் வரவேண்டாம்...
என் அப்பா வயதுடையவர் நீங்கள்,
உங்கள் மகளாக
எண்ணிக்கொள்ளுங்கள்

ஐயோ வலிக்கிறது..!
இறந்த என் தாத்தாவை
ஞாபகப்படுத்துகிறீர்கள்,
உங்கள் பேத்தியாகப்
பாவித்துக் கொள்ளுங்கள்

என் உதடுகள்
கிழிந்து விட்டது.
உடுத்திய
ஆடை காணோம்

என் பிஞ்சுக் காம்புகள்
களவு போய்விட்டன

என் பிறப்புறுப்பின் புனிதம்
ஆறாத காயமாய்
அனல் கொதிக்கிறது

சிகரெட்டால் சுட்டதில்
உடல் முழுவதும்
ஓட்டைகள்

என்னைத்
தீண்டியவர்களே..!

உங்களை
அண்ணா என்றேனே
அப்பா என்றேனே
தாத்தா என்றேனே

அப்போது கூட
உங்கள்
ரத்த வழிச் சொந்தங்கள் யாரும்
சிந்தையில் நிற்கவில்லையா..?

உங்கள்
பத்து நிமிடப் பசிக்கு
நானா தின்பண்டம்

எனக்கு
இறப்பு
அருகில் அமர்ந்திருக்கிறது.
இதோ
இறக்கப் போகிறேன்

அதற்குள்
ஒரு நிமிடம்

அழுது சொல்ல
என்னிடம்
கண்ணீர் இல்லை
அறிவுரைக்காகச்
சொல்கிறேன்

பிள்ளை பெற
ஆண்குறி தேவை

ஆணா, பெண்ணா
ஆண்டவன் அறிவான்

விந்து விழுகையில்,
நல்ல பிள்ளை
பிறக்க வேண்டுமென
எண்ணிக் கொள்ளுங்கள்.

அழிவியல்

எப்படி
மாறிவிட்டது உலகம்

எப்படி மாறிவிட்டார்கள்
மனிதர்கள்

இப்போதெல்லாம்
எனக்கு
வயதான வருத்தம்
வந்து வந்து செல்கிறது

யாரையும்
குறை சொல்வதாய்க்
கோபித்துக் கொள்ள வேண்டாம்

உள்ளங்கைக்குள் உலகம்
வளர்ச்சி கண்டு
வாழ்த்துகிறேன்

வளர்ச்சி
விபத்தாவதைத்தான்
விரும்பவில்லை
படித்தவனெல்லாம்
படுமுட்டாளாவதா வளர்ச்சி

புதுமைகள்
புண்ணாக்கப்படுவதா
பூரிப்பு

இளவட்டங்களெல்லாம்
இறைவனடி சேர
தாங்களாகவே
கை தூக்குவதைக்
கவனிக்கிறீர்களா?

ஒரு சிலவற்றை
ஞாபகப்படுத்துகிறேன்

உரைப்பதை
உங்களால்
உணர்ந்து கொள்ளமுடியுமா?

பேருந்துப் பயணங்களில்
இருக்கை கிடைத்தால் போதும்
ஆணா பெண்ணா
முகம் பார்த்துக் கொள்வதுண்டா?

கூட்ட நெரிசலில்
பாலுக்கு அழுகும்
குழந்தை கண்டு
பரிதாபப்பட்டதுண்டா?

நடத்துநர்
திட்டிக்கொண்டே
பயணச்சீட்டுத் தருவாரே
திட்டிய வார்த்தைகளைச்
சரியாகச் சொல்லமுடியுமா?

தென்றல்
மேனியில் உரசும்
இதமாய் ஏற்றுக் கொண்டதுண்டா?

இருபுறமும்
மரம், செடி
பள்ளம், மேடு
ஆடு, மாடு,
கோயில், குளம்
இப்படி கடந்து செல்வதை
விழிகளில் நிறைத்து
வியந்ததுண்டா?

கிராமத்து மக்களின்
வெள்ளந்திப் பேச்சைக்
காது கொடுத்து ரசித்ததுண்டா?

வெட்கம் வரச் சொன்னால்
உயிராய் இருக்கும்
செத்த பிணம் நாம்

அறிவியலே
ஆண்ட்ராய்டே
கை தட்டி
வழியனுப்புங்கள்

எங்கள் மனிதர்கள்
கல்லறைக்குச்
செல்ல வேண்டுமாம்.

திருத்தம் தேவை

ரொக்கத்தினால்
வாய்ச் சத்தத்தினால்
வரும் தர்க்கத்தினால்
ஒழுகும் ரத்தத்தினால்
மனிதம் ஒழியிது தோழா
மமதை பிறந்த தாலா

கூட்டம் வரும் – பின்
ஆட்டம் வரும் – அதில்
நாட்டம் வரும் – நல்ல
தோற்றம் கெடும்
மனிதன் அழகிய கவிதை
உணர்த்திடு உனக்குள் தெளிவை

நீதி சுட்டிடும்
பிரியம் கெட்டிடும்
உலகம் துப்பிடும்
உணர்வு செத்திடும்
தீமையைப் பொசுக்கிடு நண்பா
உயர் நடத்தையால் எழுதிடு வெண்பா

யா. சாம்ராஜ்

அன்பு ஒழுகட்டும்
ஆணவம் கரையட்டும்
இன்பம் பெருகட்டும்
எல்லோரும் உயரட்டும்
பாருக்குள்ளே நல்ல நாடு – அதை
எல்லோரும் மார்தட்டிப் பாடு.

கனவு

மறந்துபோன
மல்லிகாவைக் கூட்டிக் கொண்டு
பாரீஸ் மாநகரில்
படகுச் சவாரி செய்து கொண்டிருக்கிறேன்

விண்வெளியில்
வீடு கட்டி
பிரம்மனை வரவழைத்து
வருங்கால நிகழ்வு பற்றி
விவாதம் நடத்திக் கொண்டிருக்கிறேன்

நைல் நதியில்
மீன் பிடித்து வந்து
கண்ணாடித் தொட்டிக்குள் ஓடவிட்டுக்
கண் சிமிட்டாமல்
கண்டுகளித்துக் கொண்டிருக்கிறேன்

விமானத்திலிருந்து இறங்கி
அமெரிக்க அதிபரின்
உற்சாக வரவேற்பை ஏற்று
வெள்ளை மாளிகைக்குள் விரையும்
மகிழுந்தில் ஏறும்போது

காதுக்குள்
சத்தம்போட்டுப் போன
கொசுக்கள்
முத்தமிட்ட இடத்தை
ரத்தம் வரச் சொறிந்துவிட்டு
பார்த்தபோதுதான்

ஓலைக் குடிசையின்
முகட்டு ஓட்டில்
சூரியக் கதிர்கள்
சுதந்திரமாய்
அமர்ந்திருந்தன

பிறகுதான் புரிந்தது
இது கனவு ராஜ்ஜியத்தின்
கலவரம்

இங்கு
சோறு சமைக்கலாம்
உண்ண முடியாது.

பொம்மக்குட்டி அப்பா

என் இனிய மகன்
இம்மானுவேலுக்கு

உன் நலம் நோக்கி வாழும்
அப்பாவின் அன்பு மடல்

இறையருளால்
நலமாக இருக்கிறாய்
இருப்பாய்

என் பிரிய மகனே..!
உன் வருங்கால
வைப்பு நிதிக்கு
அப்பாவிடம் ஒன்றுமில்லை
அன்பைத் தவிர

இருந்தும்
உனக்காக
நிறையச் சேர்த்து வைத்திருக்கிறேன்
புத்தகங்களை
சங்க இலக்கியம் தொடங்கி
சர்க்கார் இலக்கியம் வரை

தேவைக்கு அதிகமாகவே
திரட்டி வைத்திருக்கிறேன்
இனியும் திரட்டுவேன்

நீ மருத்துவராகவோ
பொறியாளராகவோ
வேறுபல உயர்பதவிகளிலோ இருக்க
எனக்கு விருப்பமில்லை

நல்ல மனிதனாகத்
திகழ வேண்டுமென்பதே
என் ஆயுட்கால அவா

எனக்கு நீ
சாதாரணமானவன் அல்லன்
அப்பா என்னும்
பதவி உயர்வு வழங்கிய
பேரதிகாரி நீ

நான் இறக்கும் வரை
உனக்குத் தாசனாக இருக்கவே
தவங்கிடக்கிறேன்
தயை செய்வாயா?

இது உனக்குப்
பைத்தியகாரத்தனமாகத் தெரியலாம்
ஆம்
நான் உன்னுடைய பைத்தியம்

அதென்னவோ
என் அப்பாவின் குணம்

எனக்குள்ளும்
இணைந்திருக்கிறது
உனக்கு மூக்கு ஒழுகினால்
எனக்கு மூச்சு நின்றுபோன உணர்வு

நீ இருமினால் கூட
நான் இறந்துவிட்டதாகவே
உணர்கிறேன்

என் நேச மகனே!
அப்பாவின்
அனுபவத்தைக்
கொஞ்சம் மட்டும்
அள்ளித் தருகிறேன்
முகங்கோணாது கவனி

இது பொல்லாத உலகம்
போகவிட்டுப் பேசும்
கவனமாய் இரு

புகழ்பாடத் துடிக்கும்
புலன்களைப்
புல்லரிக்கவிடாதே

கற்பனை வாழ்க்கை வேண்டாம்
உன்னை
ஒப்பனை செய்யச் சொல்லி
உத்தரவு பிறப்பிக்கும்

பகட்டு வாழ்க்கையைப்
பட்டென விட்டெறி

யாரையும்
எதிர்த்துப் பேசாதே
உன் பெயருக்குப்
பிழை ஏற்படுத்தும்

என்னை
அனுதினமும்
ஆனந்தக் கண்ணீர்
வடிக்க விடு

இறுதியாய்
இறுதிவரை
இறைவனுக்கு
இனிப்பாய் இரு

இது போதும்
இந்த வயதிற்கு

காலத்திற்கேற்றபடி
இன்னும்
கவனமாய் இருக்க
கற்றுத் தருகிறேன்

உன் செல்லச் சேட்டையில்
சத்தாய் வாழும்
உன் பொம்மக்குட்டி அப்பா.

புதுயுக இந்தியா

இந்திய வரைபடத்தில்
கணக்கில்லாத
காயங்கள்

காரணம் கேட்டால்
எல்லோர் கண்களும்
கண்ணீரைத் துப்பும்

விஞ்ஞானச் சிங்காரிப்பால்
வெளிவருபவை யாவும்
விபரீதங்களே

இந்தியாவின் உடலுறுப்புகளில்
பெரும்பாலானவை
கந்தகக் கங்குகள்பட்டு
அவசரச் சிகிச்சைப் பிரிவுக்கு
அழைத்துச் செல்ல ஆளில்லாமல்
அல்லோலப்பட்டுக் கொண்டிருக்கிறது

யாராவது ஒருசிலர்
காயப்பட்ட இடத்தில்
இறகுகளால் வருடிக் கொடுக்க

முன்வரும்போது
தேசியப் பறவை எங்கோ
தேசம் விட்டு
ஓடிப்போனது

இப்போதெல்லாம்
யானைகளுக்கு
இரக்ககுணம் பிறந்துவிட்டது
மனிதர்கள்தான்
மதம்பிடித்து அலைகின்றனர்

மனிதக் குருதிகள்
தேசத்திலிருந்து
வெளிநடப்பு செய்து
அகிம்சைச் சாலைகளில்
படுத்துருண்டு
அகால மரணமடைந்து கிடக்கிறது

விழிநோக்கும் இடமெல்லாம்
விபத்துக்கள்
இனப்பெருக்கம்
செய்து கொண்டிருக்கின்றன

சுருங்கச் சொன்னால்
மனிதன்
பத்தினி வாழ்க்கை வாழ
இன்னும்
பக்குவப்படவில்லை

மனித அறிவு
கெட்டி நெய்யாகவே
ஒட்டிக்கொண்டிருக்கிறது

மூளையைச்
சூரியனில் சலவை செய்து
எண்ணங்களை
விசாலமாய் ஓட விட
உத்தரவு பிறப்பிப்போம்

சாகக்கிடக்கும்
இந்திய தேசத்திற்குப்
பாலூற்றிக் கொண்டிருக்கும்
கால்நடைகளுக்குப்
பாசத்தைக் கற்றுக்கொடுக்க
மாவட்ட மாநிலவாரியாகப்
பல்கலைக்கழகங்கள் நிறுவுவோம்

ஐந்தறிவுப் பச்சிகளோடு
நட்புக் கொண்டு
சாதிமத இனமொழி வேறுபாடுகளைச்
சங்கறுப்போம்

கஷ்டப்பட்டு உருவாக்கும்
விஞ்ஞானத்தை
ரவுடியிசம் செய்யவிடாமல்
பொறுப்புள்ள குழந்தையாய்
அகிலம் போற்ற
ஆணையிடுவோம்

மறந்துபோன
தேசிய கீதத்தை
மூடிக்கிடக்கும்
உதட்டு உண்டியல்களுக்குள் செலுத்தி
உணர்ச்சி பொங்க
உரக்கப் பாடுவோம்

அப்போதுதான்
புலன்களுக்குப் பொறுப்பு வரும்
உயிர்களின் உயர்வு தெரியும்
பாவப்பட்ட இந்தியாவின்மேல்
அளவில்லாத காதல் பிறக்கும்

இந்நிகழ்வுகள்
எட்டப்படும்போதுதான்
தாலியறுத்து மூளியான இந்தியா
புத்தாடை தரித்துப்
புதுப்பெண்ணாய்க்
காட்சியளிக்கும்.

இதயத்தில் சுமந்தபடி

ஆசையில நான் வளத்த
அத்த மக ரெத்தினமே
நேசம் வச்சு நானெழுத
நினை விருந்தா நீயெழுது

நீ சிரிச்சா பால்வடியும்
பவள மல்லிப் பூ உதிரும்
நீ நடக்கும் பாதையெல்லாம்
மணம் மயக்கும் சோலையாகும்

உடம்பெல்லாம் கெறங்கிடுச்சே
என் நெனப்பு படர்ந்திடுச்சா
உன்ன எண்ணி நானிருக்கேன்
உருமாறிப் போயிருக்கேன்

எழுதப் படிக்கத் தெரியலேன்னு
கடிதாசி போடலயா
கவருமெண்டு மாப்பிள்ளையக்
கனவேதும் காணுறியா

ஊருக்கெல்லாம் தெரிஞ்ச கத
உலகத்துக்கும் புரிஞ்ச கத

ஓம் புருசன் நாந்தான்னு
சாமிகூடச் சொல்லும் அத

படிப்புல நான் கம்மிப்புள்ள
மனசு பூரா வெள்ள புள்ள
உன்னத் தவிர வேறெதையும்
கனவுலயும் நெனச்சதில்ல

மனசுக்குள்ள உள்ளதெல்லாம்
ஒளிக்காமச் சொல்லிப்புட்டேன்
குண்டுமணிப் பொட்டோட
தாலி செய்யச் சொல்லிப்புட்டேன்

நீ வந்ததும் கல்யாணம்
தெரு முழுதும் பூக்கோலம்
நாமிருக்கும் அழகப்பாத்து
ஊர் உலகம் பாராட்டும்.

நம்பிக்கையும் அப்பாவும்

என்
அன்பு மகளே..!

என் செல்லமே..!
என் செல்வமே..!

நான் தலைநிமிர
தவமிருந்து பிறந்தவளே..!

உன்மீது
எனக்கு
அநியாயப் பிரியம்

பைத்தியம்
கிறுக்கன்
லூசு
இவையெல்லாம்
நீ பிறந்தபிறகு
எனக்குள் தானாக
உருவாகிக் கொண்ட
பட்டங்கள்

அப்பா
படிக்கவில்லைதான்

யா. சாம்ராஜ் ∞ 77

இருந்தும்
நீ நிறையவே
பக்குவப்பட்டிருப்பாய்
என் கடின உழைப்பு கண்டு

ஆயிரம் பேர்
வந்தால் கூட
எதிர்த்து நிற்கும்
சக்தி எனக்குண்டு

என் உலகமே..!
உன் விசயத்தில்தான்
உடைந்துவிடுகிறேன்

நீ
என் ரத்தம்..!
என் கண்கள்..!
என் உயிர்..!

சுருங்கச் சொன்னால்
என் கடவுளே நீதான்

தீவிர பக்தனாய்
என் கடவுளிடம்
வேண்டுவது

இந்தப் போலி உலகத்தைப்
புறந்தள்ளு

நமக்காக மட்டுமே
வாழக் கற்றுக்கொள்

மணிக்கணக்கில்
செல்பேசியோடு
சிநேகம் எதற்கு?

உறவுகளைத்
தொலைத்திட
உறுதுணையாகும்
முகநூல் எதற்கு?

என் உயிர்த்துடிப்பே..!
என் நம்பிக்கையே..!

சமீபத்தில்
என் போன்ற
அப்பாக்களின் காதுகளில்

'உன்னை நம்பித்தானே
வந்தேன்
வலிக்கிறது'

இந்தக் குணப்படுத்த முடியாத
வலி வார்த்தைகள்தான்
உயிர் குடித்துக் கொண்டிருக்கின்றன

மகளே..!
சூரியப் பந்தை
எட்டுத்திக்கும்
எட்டி உதைக்கும்
வல்லமை பெற்றவள் நீ

தைரியமாய் இரு
நீ என் மகள்..!

தம்பி தகப்பனாகிறான்

அப்பாவின் நகல்
என்னைப் பாதுகாக்க
நான் குடித்த பாலை
மிச்சம் வைக்காமல்
குடித்தவன்

அப்போதிலிருந்தே
எனக்கான தேவைகளைப்
பூர்த்தி செய்ய
அவனுக்கான ஆசைகளை
அண்டவிடாமல் அடித்தவன்

யாரோ ஒருவன்
என்னைத் தாக்க
தாங்கிக் கொள்ளமுடியாமல்
அண்டமதிர அழுதவன்

எனக்கு
ஏதாவதென்றால்
துடிதுடித்துப் போகின்ற
எனக்கான
அப்பா அவன்

எனக்காகவே வாழும்
அவனுக்கு
இதுவரையில்
எதுவும் செய்ததில்லை
வெளிக்காட்டாத
அன்பைத் தவிர

அந்த வகையில்
அப்பாவுக்கு
கிடைக்காத வரம்
எனக்குக் கிடைத்திருக்கிறது

தம்பிகளோடு
பிறக்காத அப்பா
ஐந்து தங்கைகளோடு பிறந்திருந்தாலும்,

தங்கைகளோடு
பிறக்காத நான்
தம்பியால்
தலை நிமிர்வதைப்
பூரிப்போடு
பார்த்துக் கொண்டிருக்கிறார்

எனக்கான
அடங்காத ஆசைகளில் ஒன்று
நான் இறக்கும் தருணத்தில்
தம்பியின் கைபிடித்தே
கண் மூடி
மண் மூடவேண்டும்

எனக்குள்
பெரிய தைரியம் உண்டு

கடவுளைத் தவிர
என்னை
யாரும் அசைக்க முடியாது

காரணம்
தம்பி உடையான்
படைக்கு அஞ்சான்.

பிறந்த மண்

சிவகங்கை
இராமேஸ்வரம்
தேசிய நெடுஞ்சாலை

பண்ணை கல்லூரி
பேருந்து நிறுத்தத்திலிருந்து
சூரியன் பிறப்பிடம் நோக்கி
நடையைக் கட்டினால்
முக்கால் கிலோமீட்டர் தூரத்தில்
முகங்காட்டும்
காட்டுநெடுங்குளம்

தொட்டவுடன்
ஒட்டிக்கொண்டு
பாசம் பாய்ச்சும்
செம்மண் பூமி

திருநீற்றை விட
பயபக்தியாய்த்
தேகங்களில்
பூசிக் கொள்ளலாம்

ஊரையொட்டி
ஒருநாளைக்குப் பலமுறை

யா. சாம்ராஜ் ∞ 83

சிகரெட் பிடித்துச் செல்கிறது
சென்னை இராமேஸ்வரம்
ரயில்..!

ஊரின் நடுவே
பெரிய தேவாலயம்

இத்தாலி
மிலன் நகரிலிருந்து
காட்டுநெடுங்குளத்தை
அந்நியர்
அண்டவிடாது
பாதுகாத்து வருகிறார்
புனித செபஸ்தியார்

பிரிட்டீஸ்காரத் தெருக்களைப்
பிரியத்தோடு
நினைவுப்படுத்தும்
பல்வரிசை வீடுகள்

சாதியைச்
சாகடித்த
சக்தி வாய்ந்த மண்

வானம் பார்த்த
பூமிதான்

ஆனால்
தங்களுக்குத்
தாகம் எடுத்தாலும்
தாங்கிக் கொண்டு
தானமிடுகின்றன

பெரிய கண்மாயும்
புதுக்கண்மாயும்

தோல் சுருங்காத
தொன்மை வாய்ந்த
ஊர் என்பதைத்
திருவிழா வால்போஸ்டர்களில்
பார்க்கும்போது

முன்னோர்கள் ஒன்று கூடி
எங்களை
முன்னுக்குக் கொண்டு வருகிறார்கள்
என்பதை ஞாபகப்படுத்தும்

பிறந்ததிலிருந்தே
படிப்படியாய்
நிறைய மாற்றங்களைச்
சந்தித்திருந்தாலும்
அனைவரும்
மனிதர்களாகவே
மணம் வீசுகிறார்கள் என்பது
மகத்துவ வரலாறு

நான் வளர்ந்தது
என்னை வளர்த்தது
படிக்க வைத்தது
பணிவு கற்றுத் தந்தது
இந்தப் பாசக்கார மண்தான்

வளர்ந்துவிட்ட
மண்ணின்
வாசனை நுகர

இப்போதெல்லாம்
மாதம் ஒருமுறைதான்
வந்துபோக முடிகிறது

வயது செல்லச் செல்ல
வரிசை கட்டிவரும் ஆசைகளில்
இதுதான் முதலாசை
பெரியாசை
பேராசையும் கூட

எந்த நாட்டில் செத்தாலும்
செத்த உடலைப்
பொத்தி எடுத்து வந்து
உள்ளூர்த் தண்ணீரில்
குளிப்பாட்டி
ஊரார் தொட்டழுக
காட்டுநெடுங்குளம் மண்ணும்
கரையானும் மட்டுமே
தின்று தீர்க்க வேண்டும்

இந்தத் திருநாள்
வைபவத்தைக்
கடவுளும் காலனும்
கலந்துரையாடி
ஓய்வுநாளில் நடத்தினால்
உற்றாரும் மற்றாரும்
வந்து வந்து
வழியனுப்ப வசதியாகும்

பிறந்த மண்
எனது இரண்டு கண்.

தொலைபேசிக் காதல்

அவன் : என் காதல் தேவதையே..!
அழைப்பு மணி சிணுங்கியதும்
நானாக இருப்பேன் என்றுதானே
உன் மூச்சுக் காற்றைத்
தொலைபேசிக்குள் தூதனுப்பி
உயிரூட்ட ஓடிவந்தாய்

அவள் : எத்தனை நாள்
காத்திருப்பது
உன் முகம் பார்க்கும்
பாக்கியந்தான் கிடைக்கவில்லை
வாரம் ஒருமுறையாவது
உன் வாய்மொழி
எனக்கு வாழ்வளிக்கக் கூடாதா?

அவன் : எதற்காக அழுகிறாய்
எல்லாம் உனக்காகத்தான்
அயராது உழைக்கிறேன்
உன்னைச் சுமந்து கொண்டே

அவள் : காலை முதல்
மாலை வரை

உறக்கத்தில் கூட
நிம்மதியிழக்கிறேன்
உன் புகைப்படத்தையாவது
அனுப்பி வை
அதைப் பார்த்துக் கொண்டாவது
இரவுகளை
இதமாய்க் கழிக்கிறேன்

அவன் : மீண்டும் ஏன் அழுகிறாய்?

அவள் : என் கண்ணீர் துடைக்க
நீ வரவேண்டும் என்றுதான்

அவன் : தைரியமாய்
இருக்க வேண்டியவள் நீ
இப்படி
வாடிய மலராய்
வதங்கிப் போய் இருக்கிறாயே
நான் நிம்மதியாய்
எப்படி வாழ்வது?

அவள் : உன்னை நினைத்துக்
கொண்டிருக்கும்போது
பல்லியானது
ஒலி எழுப்பிவிட்டு
ஒளிந்து கொள்கிறது
உனக்கேதும் ஆகிவிடுமோ
என்ற பயம்
உனக்காகத் தானே
உயிர் வாழ்கிறேன்
உனக்கு ஏதாவதென்றால்
தாங்கமுடியுமா என்னால்?

அவன் : நீ இருக்கையில்
துன்பம் என்னைத்
தொல்லை செய்யுமா?
உன் வேண்டுதல்தான்
என்னை வாழ வைத்துக்
கொண்டிருக்கிறது.
மணிப்பர்சில் கூட
சாமி படத்திற்குப் பக்கத்தில்
உன் படத்தைத்தான்
வைத்திருக்கிறேன்

அவள் : உன்னைப்
பார்க்கணும் போலிருக்கிறது
உன் கண்களைப் பார்த்துக் கொண்டே
நாட்கணக்கில்
பேசணும் போலிருக்கிறது
உன் மார்பினுள் தலைசாய்த்து
உறங்கணும் போலிருக்கிறது
உன் கையால்
ஒருவாய் உணவு
உண்ண வேண்டும் போலிருக்கிறது

அவன் : நான் விடும்
மூச்சுக் கூட
உன் நலனை
விசாரித்து வந்த பிறகுதான்
மீண்டும் உள்மூச்சை
வாங்கிக் கொண்டு
சுவாசிக்கிறேன்

அவள் : உலக அதிசயங்களில்
எனக்கு நீதான்
முதல் அதிசயம்

அவன் : அது சரி
உன் பிறந்த நாளுக்கனுப்பிய
பட்டுப்புடவையைக்
கட்டிப் பார்த்தாயா?
என்னையும் சேர்த்து
உனக்குள்ளே
கட்டிக் கொள்ளத்தான்
கூடுதலாய்
நான்கு முழம் சேர்த்து
விசேஷமாய்
நெய்யச் சொல்லி
அனுப்பி வைத்தேன்

அவள் : நீ இல்லாதபோது
உனக்குரிய நான்கு முழத்தை
எங்கு கட்டுவேன்
சேலையோடு
உன்னையும் சேர்த்துக்
கட்டியும் ஒட்டியும் கொள்ளத்தான்
பொக்கிசமாய்ப்
பொத்தி வைத்திருக்கிறேன்

அவன் : வீட்டில்
உன் பெயர்தான்
எழுதப்பட்டிருக்கிறது
வசதியில் பெரிய பிள்ளை
கடைசி வரை எனக்காக...

அவள் : எத்தனை
ஜென்மம் எடுத்தாலும்
கன்னியாய் இருந்து
காலங்கடத்திடத் தயார்

அவன் : என் முயல்குட்டிக்கு
என்ன வேண்டும் சொல்
வரும்போது
வாங்கி வருகிறேன்

அவள் : உன்னைத் தவிர
எதுவும் வேண்டாம்
என் அழுகைக்கு
அணைபோட
நம் காதலின்
மொத்தத்தையும் சேர்த்து
ஒரு முத்தமாகக் கொடு
அது போதும்.

தாய்மாமா

அப்பாவோடு
வேலை செய்பவரை

பக்கத்து வீட்டில்
குடியிருப்பவரை

நண்பனின்
அக்கா கணவரை

பழக்கங்களின் மூலம்
மனதுக்குப் பிடித்தவரை
மாமா என்றழைத்தாலும்
அம்மாவுக்கு முன்னே
அம்மாச்சி கொடுத்த பரிசான
அண்ணனை
மாமா என்றழைப்பது
தனி சுகந்தான்

அக்கா தங்கை என
ஆயிரமிருந்தும்
அண்ணன் தம்பி
இருந்தால்தான்

அம்மாக்களுக்கு
அங்கீகாரம்

என் அம்மா
கொடுத்து வைத்தவள்
அண்ணனோடு பிறந்து
அளவுக்கதிகமாய்
அன்பைச் சம்பாதித்துக் கொண்டவள்

மாமா குறித்து
அம்மா சொன்னதும்
விவரம் தெரிந்து
நானாக உணர்ந்ததும்
ஞாபகமிருக்கிறது

குமரிப் பெண்கள்
என் கன்னம் கிள்ளி
முத்தமிட்டபோது
ஒட்டியிருந்த எச்சில் கண்டு
கெட்ட வார்த்தைகளில்
திட்டியது

உட்கார்ந்த இடத்திலேயே
சிறுநீர் கழித்து
கையால் தட்டி
மாமா சாப்பிடுகையில்
தட்டுக்குள் கை நுழைக்க
அமிர்தமென அள்ளித்தின்றது

காதணி விழாவில்
மாமா மடியில்
அமர்த்தப்பட்ட போது

காதில் ரத்தம் வந்தது கண்டு
ஆசாரியை அடிக்கக்
கை ஓங்கியது

கால் சட்டை
அணிய மறுத்து
அடம் பிடிக்கையில்
நாய் கௌவப்போகுது பார் என
விரட்டிப் பிடித்து விளையாடியது
தொடையில் கட்டி வந்து
கத்தி வைத்துக் கிழிக்கையில்
மாமா கண்ணீரோடு
என் கண்ணீரையும்
சேர்த்துத் துடைத்தது

அம்மா
என்னை அடிக்கையில்
வலி தாங்காத மாமா
அம்மாவைத் திருப்பி அடித்தது

ஆசிரியருக்குப்
பேராசிரியராய்ப்
பாடம் சொல்லித் தந்து
பக்குவத்தைப்
பயிர் செய்தது

வயது செல்லச் செல்ல
அவர் என்னிடமோ
நான் அவரிடமோ
முகங்கொடுத்துப் பேசாமல்
தரையைப் பார்த்தே
பேசிக் கொள்கிறோம்

இப்போதும்
நிதானம்
நேர்மை
நெஞ்சுறுதியோடிருக்கும்
மாமாவின் வாசனையில்
வாழ்ந்து
செழித்துக் கொண்டிருந்தாலும்
அவ்வப்போது
என் மகனுக்கு
மாமா இல்லாத
குறையை எண்ணி
வருத்தப்படுவதுண்டு

இருந்தும்
அவர்
அம்மாவுக்கு அண்ணன்
எனக்கோ
மன்னன்.

சகியே

உன்
சிகையலங்காரத்தில்
அமர மறுக்கும் தலைமுடிகள்
என் இதய வீட்டை
அலங்கரிக்கும் ஓவியங்கள்

நீ
சிணுங்கிப் பேசும் வார்த்தைகள்
என் களைப்பைப் போக்கும்
நீராகாரம்

உன்
கட்டுமேனியைக் காப்பாற்றும்
பட்டுப்புடவைகள்
என் நித்திரையைச் சுகமாக்கும்
ஜமுக்காளம்

உன்
சிவந்த கால்களின் தடம்
என் இதய வாசலில்
பூக்கும் கோலங்கள்

உன்
மேனியில் படியும்
வியர்வை முத்துக்கள்
என் தாகம் தீர்க்கும்
குளிர்பானங்கள்
உன்னை
வர்ணித்துக் கொண்டே போகலாம்
என்னையும் மறந்து

காதல் கிறுக்கனாகிவிட்டேன்
வைத்தியம் பார்க்கும்
மருத்துவராய்
நீ வந்தால்
என் பைத்தியம் தெளியும்

இல்லையேல்
சோர்வுக்கு இடமில்லை
முற்றுகைப் போராட்டம்
உன்னைக் கை பிடிக்கும்
காலம் வரை.

கருவின் கண்ணீர்

செல்ல மகள்
தங்க மகள்
கட்டி மகள்
கருப்பட்டி மகள்
'நீ டாக்டராகி
அப்பாவுக்கு
காய்ச்சல் வந்தால்
வலிக்காமல்
நொசுக்குன்னு
ஊசி குத்துவியாம்
அப்பாவுக்குக்
காய்ச்சல்
பறந்து போயிடுமாம்'

இப்படி
தினமும்
அம்மாவின்
கோடுகள் விழுந்த வயிற்றில்
முகம் புதைத்து
பலநூறு முத்தங்களால்
கொஞ்சுவதை
அதிபயங்கர பயத்துடன்
கேட்டுக் கொண்டேதான் இருக்கிறேன்

நேற்று
அனிதாக்களை இழந்த
அப்பாக்களையும்
இன்று
அப்பாக்களை இழக்கும்
அனிதாக்களையும்
நாளை?

நானும்
நீங்களும்
இந்தக் கேடுகெட்ட
உலகத்தைப் பார்ப்பதை விட
அம்மாவின் வயிற்றுக்குள்ளே
கலைந்துவிடலாமென்று
தோன்றுகிறது

அப்பா
உங்களிடம்
கெஞ்சிக் கேட்கிறேன்

இனிமேல்
டாக்டர் என்று
கொஞ்ச வேண்டாம்

படித்துப்
பாழாய்ப் போவதை விட
ஆடு மேய்த்து
ஆளாய் வரவே
அதிகமாய் ஆசைப்படுகிறேன்
ஆனந்தப்படுங்கள்.

யா. சாம்ராஜ்

தங்கமான புருஷன்

காதல் பிறந்துவிட்டால்
கடமைகள்
கட்டவிழ்க்கப்படுகின்றன

நீயும் நானும்
என்ற பெயரில்
உதயமாகும்
சிம்கார்டுகள்
சில காலங்கள் மட்டுமே
இவர்களைச்
சிம்மாசனத்தில் அமரவைத்துச்
சிங்காரிப்பு நடத்துகிறது

'நீ இல்லையினா
செத்துப் போயிருவேன்
நீயே செத்த பிறகு
நான் என்ன நாட்டையா
ஆளப் போறேன்'

இந்த அதிஅற்புத
வசனங்களுக்கிடையே
பலநூறு
எதிர்ப்புகளைக் கடந்து

காதலியை
மனைவியாக்கும்போது
சில காதலன்கள்
சில்லாய்ச் சிதைக்கப்படுவதுண்டு

அப்படித்தான்
அலுவலக வேலைகளை முடித்து
9.20 மணிக்குச்
சோர்வாய் வீடு திரும்பினான்
காதலனாய் இருந்து
கணவனானவன்

கை கால்களைக்
கழுவிவிட்டு
உணவருந்த அமர்கையில்

தொலைக்காட்சியை விட்டு
விடைபெற முடியாத நிலையில்
'உனக்கு வேற
வேலக் கழுதயே இல்ல
சனியனா வந்து தொலைக்கிறியே'

காதலியாய் இருந்து
மனைவியாய் இருப்பவள் கத்தினாள்

இந்த விவாதங்களுக்கு நடுவே
'தங்கமான புருஷன்' மெகாத் தொடரின்
டைட்டில் பாடல்
ஓடத் தொடங்கியது.

கரோனாவும் உயிர்ச்சேதமும்

எல்லாப் பொருட்களையும்
கேட்கக் கேட்கக் கொடுத்துவிட்டு
யாரும் கேட்காமலே
உலகிற்கு மரணத்தை
உற்பத்தி செய்து தந்திருக்கிறது
Made in China.

உலகெங்கும்
ஊரடங்கு
ஓயாத ஓலம்

நாளுக்கு நாள்
பீதி

அடக்கம் செய்ய
ஆளில்லை

விஞ்ஞானம்
விடைபெற்றுக் கொண்டது

கதவை அடைத்துக் கொண்டார்கள்
கடவுளர்கள்

தலைக்கவசத்தோடு
முகக்கவசமும்
முடிச்சுப் போட்டுக் கொண்டது

உழைத்த பேருந்துகள்
ஓய்வெடுக்க
புலம் பெயர்ந்தோர்
புழுவாய்த் துடித்தனர்

விட்டு விலக
வாய்ப்பில்லை
எல்லோரையும்
கட்டிப்பிடித்துக் கொண்டன
கஷ்டங்கள்

மருத்துவர்கள்
காவலர்கள்
துப்புரவுத் தூயவர்கள்
சமூகம் காக்க
உயிர் மறந்து
உழைத்தாலும் கூட
மனிதனை
மண்ணுக்குள் அனுப்பவே
அலாதிப் பிரியப்படுகிறது

மனிதப் பிழைகள்
மலிவாகிவிட்டது
ஒருபுறமிருக்க

எவ்வளவுதான்
விழித்தும்
தனித்தும்
வீட்டிலிருக்கவும் முடியும்

யா. சாம்ராஜ்

மணியானதும்
வயிறு அழுமே

இப்படி
அழுகையும் ஆத்திரமும்
ஆட்டிப் படைத்தாலும் கூட

எல்லாப் பொருட்களையும்
கேட்கக் கேட்கக் கொடுத்துவிட்டு
யாரும் கேட்காமலே
உலகிற்கு மரணத்தை
உற்பத்தி செய்து தந்திருக்கிறது
Made in China.

தோற்றாலும் ஜெயிக்கும்

விரக்தியின் விளிம்பில்
ஒவ்வொரு நொடியும்
செத்துச் செத்து
உயிர் வாழ்வதற்கே
உத்திரவாதமில்லாமல் இருந்தாலும்

நேரிலும்
தொலைபேசியிலும்
பலமணி நேரங்கள்
பரிமாறிய பேச்சுக்களையும்
காதலுக்கு உரிமை பாராட்டும்
சக்திவாய்ந்த மந்திரமான
போடா போடியை
நினைத்து நினைத்தே
நிம்மதி இழந்திருந்தாலும்
இரவுத் தனிமையில்
தலையணைக்கும்
மற்ற தருணங்களில்
கைக்குட்டைக்கும்
திரளான கண்ணீரைச்
சமர்ப்பணம் செய்திருந்தாலும்

நோட்டுப் புத்தகங்களில்
தனியார் பேருந்துகளில்
கடைகளின் பெயர்ப் பலகைகளில்

செய்தித்தாள்களில்
தொலைக்காட்சித் தொடர்களில்
திரைப்படங்களில் என

எங்கோ இருந்து கொண்டு
தங்கள் பெயர்கள்
எழுத்துக்களாகவும்
பாத்திரப் படைப்புகளாகவும் வருகின்றபோது
ஒரு கணம் இறந்து
மறுவுரு எடுத்திருந்தாலும்

சாதியால்
மதத்தால்
உறவுகளால்
தோற்றுப்போன
ஒவ்வொரு காதலும் ஜெயிக்கும்

கால மாற்றத்தால்
காதலன்
மனைவி குழந்தைகளோடும்

காதலி
கணவன் குழந்தைகளோடும்

எதிரெதிரே
எதேச்சையாய்ச்
சந்திக்கின்றபோது
மௌனமாய்
தலைதாழ்த்தி

அப்போதைய
தாக்கங்களின் வலி
கண்ணீராய்ச் கசிகின்றபோது...

அப்பாவும் பல பரிமாணங்களும்

குழந்தைகளின்
உலகத்தை ரசிக்க
அம்மாக்களை விட
அப்பாக்களுக்குத்தான்
அதிகம் கொடுத்து வைத்திருக்கிறது

காலை முதல்
மாலை வரை
அம்மாக்களின் அணைப்பில்
ஐக்கியமாயிருந்தாலும் கூட

வேலைக்குச் சென்று
வீடு திரும்பும்
அப்பாக்களைப் பார்த்தவுடன்
துள்ளிக் குதித்து வந்து
கட்டியணைக்கிறபோதே
கழன்று விழுந்துவிடுகிறது
வேலைக் களைப்பு

நேரம் செல்லச் செல்ல
எண்ண முடியாத
முத்தங்களோடு

அப்பாக்கள்
விளையாட்டுப் பொருளாகிவிடுகிறார்கள்

அப்படித்தான்
மனைவி
மகனுக்கு
உணவு ஊட்டுகிறாள்

சாப்பிட மறுக்கும்
மகனுக்கு
நான் யானையாகிப் போகிறேன்

என் முதுகில்
சவாரி செய்தபடியே
இரண்டு வாய்
உட்கொள்கிறான்

மீண்டும் அடம்பிடிக்க

ஆடுபோலக் கத்துகிறேன்
இரண்டு வாய் வாங்கிக் கொள்கிறான்

மனைவியால்
பூச்சாண்டி என்று
புதுப்பெயர் சூட்டப்படுகிறேன்

இப்படி
ஒவ்வொரு நாளும்
சாப்பிட வைத்துச்
சந்தோசமடைவதற்குள்

மாடாக
நாயாக
தவளையாக
பூனையாக
பல பரிமாணங்களை
எடுக்க வேண்டியிருக்கிறது

நேரம் பயணிக்க
நெஞ்சைப் பஞ்சுமெத்தையாக்கிக்
கதைகளைக்
கவனமாய்ச் சொல்லித்
தூங்க வைக்கிறேன்

கண்ணோரங்களில்
ஒழுகியிருக்கும்
கண்ணீரைத் துடைத்தபடி
என்னைச் சுமந்த
அப்பாவின் நினைவுகளோடு.

என் மகளா நீயிரம்மா

உள்ளூர் மாப்பிள்ளைக்கு
வாக்கப்பட்டு வந்தவளே
என்ன வளத்த ஓங்கதைய
சிறுகவியா எழுதுறம்மா

மூணுபேரு கால் நீட்டி
பொரண்டு படுக்கமுடியாத
நீ புகுந்த வீடு
நான் பொறந்த கூடு

நெத்தி, கன்னம், காலு, கையி
வட்ட வட்ட கறுப்புப் பொட்டு
வச்சு வச்சு அழகு பாக்க

உங்க அண்ணே என் மாமன்
ஓடியாந்து பாக்கயில
வெக்கத்துல தல குனிஞ்சு
முந்தானைக்குள் மறச்சாயே

அடிக்கடி காச்சல் வர
குடிச்ச பாலு வாந்தி வர
மாரியாத்தா கோயிலுக்கு

மாவிளக்கு எடுத்தாயே
பள்ளிக்கூடம் சேக்கயில
அம்மான்னு நான் அழுக
முட்டுச் சந்து ஓரம் நின்னு
முக்கி முக்கி அழுதாயே

பத்தாம் வகுப்புல நான்
பெயிலாகி நிக்கயில
அம்மா இருக்கேன்னு
ஆறுதலு சொன்னாயே

பொட்டப்புள்ள பெக்கலன்னு
பொத்திப் பொத்தி என்ன வளத்த
ஆட்ட வித்து ஆறு பவுனில்
செயினெடுத்து மாட்டிவிட்ட

அப்பா உன்ன அடிச்சதில்ல
ஆனாலும் நீயழுவ
எதுக்குன்னு கேக்கயில
நெஞ்சோட அணைச்சுக்குவ

ஒரு வார்த்த பேசாம
ஓவியமா வளத்துப்புட்டேன்
வர்றவ எப்படியோ
அத நெனச்சு அழுகுறேன்னு
தல கோதித் தூங்க வப்ப
என் கால்மட்டில் தல சாய்ப்ப

காலேசு போகயில
தினந்தோறும் பணந்தருவ
ஓ வேர்வ வாட பட்டுப்பட்டுச்
சுருண்டிருக்கும் அந்தப் பணம்

செலவழிக்க மனம் வருமா?
செலவழிச்சா நலம் பெறுமா?

அஞ்சாறு விருது வாங்கி
மேடை ஏத்திப் பாக்கயில
ஓ வயித்த நான் பார்ப்பேன்
திரும்பப் போயி படுத்துக் கொள்ள

இருப்பத்தாறு வயசுல நான்
ஒன்னப் பத்திப் பாட்டெழுதி
உலகம் பூரா ரேடியாவில்
ஒலிபரப்பு ஆகயில
கன்னம் ரெண்டும் வீங்க வீங்க
கட்டி முத்தம் தந்தாயே

ஓ செல்ல மகன்
வரங்கேட்டா
மறுக்காமத் தருவாயா?

சவரியம்மா பெத்தெடுத்த
மரியசெல்வம்
ஓம் பேரு
இந்த மரியசெல்வம்
மரிக்கொழுந்தா
என் மகள் வடிவில் வந்திடணும்

என் சாவில்
உன் கண்ணீரால்
நல்லடக்கம் செஞ்சிடணும்..